विश्व प्रसिद्ध महिला

(स्वप्न झाली साकार)

रेणू सरन

डायमंड बुक्स

www.diamondbook.in

लेखकाधीन

प्रकाशक   : डायमंड पॉकेट बुक्स(प्रा.)लि.
             X-३०. ओखला इंडस्ट्रियल एरिया, फेज-११
             नई दिल्ली-११००२०.
फोन   : ०११-४०७१२२००
ई-मेल   : wecare@diamondbooks. in
वेबसाइट   : www. diamondbooks.in
प्रकाशन   : २०२४

Vishwa Prasiddha Mahila - Swapna Jhali Sakaar - Marathi
By :Renu Saran

भूमिका

"कोणत्याही बाळाची जन्मदाती एक आई, एक स्त्री असते.... ती पुरूषाला प्रेम, स्नेह व संवादाचे एक नवीन माध्यम शिकवते"-भारताची पहिली मिस युनिव्हर्स सुष्मिता सेनने असे म्हटले होते तर संपूर्ण हॉलमध्ये टाळयांचा कडकडाट झाला आणि त्यांना सर्वोच्चस्थानी पोहचायला वेळ नाही लागला.

परंतु आजच्या आधुनिक व विकसीत जगात देखील अभ्यासातून माहिती मिळते की आई-वडिलांना मुलगी नको असते, मुलगा लागतो. पहिल्यापासूनच ही धारणा चालत आली आहे की मुलगा आई-वडिलांच्या म्हतारपणाचा आधार बनतात. परंतु आता अशी वेळ आली आहे की, आई-वडिलांनी या धारणेचा नव्याने विचार करण्याची गरज आहे. मुलीवर करण्यात येणारा खर्च आता एक फायदेशीर गुंतवणूक ठरू शकते.

एक स्त्री आई, बहिण, वहिनी व कन्या आदी अशा अनेक भूमिका यशस्वीपणे पार पाडते. ती एक दोस्त, मित्र, मार्गदर्शिका व साथी म्हणून पाऊलावर पाऊल ठेवत पुरूषाला साथ देते. वरून कोमल दिसणारी स्त्री, वेळ पडल्यास कठोर कार्य करायला देखील मागे रहात नाही.

युगानुयुगे स्त्री आपल्या विरोधात होणाऱ्या अत्याचार, अन्याय व शोषणाच्या विरोधात लढत, पुरूषप्रधान समाजात आपलं स्थान कायम करण्यात यशस्वी झाली आहे. तिने घर तसेच बाहेर अशा दोन्ही क्षेत्रात अनेक विक्रम स्थापीत केले आहेत. साक्षरता तसेच आर्थीक स्वतंत्र्याच्या बळावर ती आज पूर्ण अधिकाराने आपलं जीवन जगत आहे.

मग देश असो अथवा विदेश; तिने प्रत्येक क्षेत्रात पुरूषांना आपली बुद्धीमत्ता व प्रतिभा स्वीकारण्यास विवश केले आहे. त्या आपली चिंतन-मननशीलता, कर्तव्या-परायणता, अथवा परिश्रम व एकाग्रता सतत जागरूक दृष्टी तसेच वचनबद्धतेच्या बळावर आपल्या सर्व स्वप्नांना साकार करू शकल्या.

सदर पुस्तकात विश्वप्रसिद्ध महिलांचा जीवन वृत्तांत देण्यात आला आहे. या पुस्तकाचा जन्म विनाकारणच झाला नाही. आम्ही निश्चित असा उद्देश डोळयासमोर ठेवून हे पुस्तक दिले आहे.

चरित्र वाचून जीवनाबद्दल निष्ठा व आत्मविश्वास तसेच काही करून दाखविण्याची इच्छा जागृत होते. तात्पर्य, आम्ही तरूण वर्ग डोळयासमोर ठेवून हा चरित्रसंग्रह तयार केला आहे.

अलिकडच्या काळात माहितीच्या ओझ्याखाली दबलेल्या तरूण पिढीकडे वेळच राहिलेला नाही. म्हणून सर्व महान स्त्रींयाच्या जीवनाचा संक्षिप्त आढावा घेतला आहे.

हा जीवनसंग्रह संक्षिप्त असण्यासोबतच सचित्र देखील आहे. वाचक माहिती तर मिळवतोच पण त्या व्यक्तिचं चित्र त्यानी पाहिलेलं नसतं. आम्ही सचित्र देवून ही उणीव कमी करण्याचा प्रयत्न केला आहे. शिवाय एखाद्या व्यक्तिचं नाव घेताच तिचं चित्र देखील डोळयासमोर यावं, हा उद्देश.

जीवनचरित्र आपणास सर्वोच्च मूल्य आत्मसात करण्यासाठी प्रेरित करतात परंतु अनावश्यक प्रसंग व घटना वाचताना वाचक कंटाळून जातो. ही अडचण लक्षात घेता आम्ही चरित्राला संक्षिप्त केल आहे तसेच केवळ ठळक घटनांचाच समावेश केला आहे; म्हणजे वाचकांचा उत्साह कायम राहिल. अशा पद्धतीने हे पुस्तक शालेय विद्यार्थ्यांना देखील उपयोगी पडू शकते.

पुस्तकात आगाथा क्रिस्टी, एंजेला गोम्स, अनिता देसाई, आशा भोसले, ब्रिटनी स्पीअर्स, चंद्रिका कुमारतुंगा, डायना हेडन, गायत्री देवी, हेलन किलर, जेन फोंडा, कल्पना चावला, मारग्रेट थॅचर, मार्टिना नवरातिलोवा, नाओमी कॅम्पबेल, प्रतिभा देविसिंह पाटील, सोनीया गांधी, स्टेफी ग्राफ तसेच वांगरी मथाई आदी स्त्रीया ज्या निरनिराळया क्षेत्राचं प्रतिनिधित्व करतात. या सर्व स्त्रींया पुरूषाच्या बरोबरीने अथवा काही ठिकाणी पुरूषांच्या देखील पुढे आहेत.

त्यांनी आपली स्वप्नं खरी करून जगाला हे दाखवून दिले आहे की या पुरूषप्रधान समाजात स्त्री देखील स्वतःची स्वप्नं साकार करू शकते. इतिहासाच्या पानावर आपल्या नावाची नोंद करू शकते...

हा जीवनसंग्रह वाचून आमच्या वाचकांना त्याचा थोडाजरी फायदा झाला, तरी आम्ही असे समजू की आमचे प्रयत्न सार्थक ठरले.

-रेणू सरन

अनुक्रमाणिका

आगाथा क्रिस्टी

अगाथा क्रिस्टींचा जन्म १५ सप्टेबर १८९० ला इंग्लडमध्ये झाला. अगाथा मेरी क्लारिसा मिलर तिनही भावंडात लहान होत्या. त्या दहा वर्षाच्या असतानाच त्यांच्या आई त्यांना सोडून गेल्या. त्यांना औपचारीक असं शिक्षण मिळालं नाही. आई तसेच गर्व्हर्नेस घरीच त्यांना शिकवतं. १९०० मध्ये त्यांना संगीताचे शिक्षण देण्याबरोबरच लेखनासाठी देखील प्रोत्साहीत केले.

२४ डिसेंबर १९१४ ला वयाच्या चोवीसाव्या वर्षी क्रिस्टींचा विवाह आर्ची यांच्याशी झाला. पहिल्या महायुद्धादरम्यान क्रिस्टीने जखमी लोकांची सेवा केली. त्यांच्या दु:खाने व कष्टाने क्रिस्टीच्या ऱ्हदयाला द्रवित केलं. तिथेच त्यांना अनेक प्रकारच्या रोगांची व विषयांची माहिती मिळाली जी त्यांच्या लेखनाचा भाग बनली.

त्यावेळी त्यांनी आपली पहिली कादंबरी, 'द मिस्ट्रिअस अफेअर्स ॲट स्टाइल्स' लिहिले होते, ही कादंबरी हातोहात विकल्या गेली.

१९२८ ला आर्चीबरोबर काडीमोड झाल्यावर अगाथा फ्रान्स, बगदाद, इराक व मेसोपोटामियाच्या दौऱ्यावर निघाल्या. दुसऱ्या दौऱ्यात त्याची भेट पुरातत्वतज्ज्ञ सर मॅक्स एडगर यांच्याशी झाली. पुढे सप्टेबर १९३० मध्ये त्यांनी विवाह केला.

१९६० मध्ये मॅक्सला ब्रिटिश सम्राज्यांच्या कामांडरचा सन्मान मिळाला व त्यांना पुरातत्त्व कार्यासाठी 'नाइट' ही उपाधी देखील देण्यात आली. क्रिस्टीला देखील आपल्या जीवनकाळात अनेक सन्मान व पुरस्कार मिळाले. त्यापैकी द मिस्ट्री राइटर्स ऑफ ब्रिटिश आदी प्रमुख होते. १९७४ मध्ये क्रिस्टी शेवटच्या लोकांसमोर आल्या. त्या आपला वेळ घरीच घालवत असत. १९७६ मध्ये त्यांचा देहांत झाला.

क्रिस्टींचे करिअर पन्नास वर्षापेक्षा जास्त राहिले. त्यांच्या पुस्तकांचे इतर भाषेतही भाषांतर झाले तसेच त्यांना आजही मोठ्या प्रमाणात वाचले जाते. त्यांच्या लेखनांनी लेखकांना ही प्रभावीत केल आहे. रहस्यमय गुन्हेगारीबद्दल लिहित असतांनाच त्यांनी बी.बी.सी. रेडिओसाठी कथावाचन केले होते. त्यांनी रोमान्स, नाटक व कविता आदी प्रकारही लिहिले. त्यांची 'द ए बी सी मर्डर्स', 'टेन लिटिल इंडियन्स', 'द माऊसट्रॅप', 'हिकरी डिकरी डॉक', 'विटनेस फॉर प्रॉसिक्यूशन', 'मर्डर ऑन दि ओरियंट एक्सप्रेस', 'डेथ ऑन नाहल' आदी प्रमुख पुस्तके आहेत.

अनिता देसाई

प्रख्यात कादंबरीकार व लघुकथा लेखिका अनिता देसाई यांचा जन्म २४ जून १९३७ ला मसूरीमध्ये झाला. त्या बंगाली व्यावसायीक श्री.डी.एन मुजूमदार यांच्या सुपूत्री आहेत. अनिता बालपणापासूनच लघुकथा लिहित होत्या. वयाच्या केवळ नवव्या वर्षी त्यांची पहिली लघुकथा प्रकाशीत झाली.

दिल्लीतल्या मेरी हायर सेकंडरी स्कूलमधून प्राथमिक शिक्षण घेतल्यानंतर त्यांनी १९७५ मध्ये मिरांडा हाऊसमधून इंग्रजी साहित्यात पदवीधर आसल्याचे प्रमाणपत्र मिळवले.

१९५८ मध्ये त्यांचा विवाह अश्विन देसाई यांच्याशी झाला. त्यानंतर त्यांनी 'क्राई ऑफ द पिकॉक' 'द व्हाइस ऑफ सिटी' 'द फायर ऑन द माउंटेन' सारख्या कादंबऱ्या लिहिल्या.

१९८० मध्ये त्यांनी त्यांची द क्लिअर लाइट ऑफ डे ही प्रसिद्ध कादंबरी म्हणजे जणू त्यांचं खाजगी आयुष्याच आहे, ही एक मध्यमर्गीय हिंदू कुटुंबाची कथा आहे. ज्यात देशाच्या फाळणीचा काळ शब्दबद्ध केला आहे.

२००४ मध्ये 'जिग-जॅग वे' प्रकाशीत झालं. त्यांना उत्कृष्ट लेखनासाठी अनेक पुरस्कार देऊन सन्मानीत करण्यात आले. ज्यात बालसाहित्यासाठींच्या गार्जियन पुरस्काराचा देखील समावेश आहे. त्यांची इतर पुस्तके 'व्हेअर शॅल वुई गो दिस समर', 'गेम्स ॲट टिवलाईट ॲंड अदर स्टोरीज', 'व्हिलेज बाई द सी', 'इनकस्टडी', 'इन जर्नी टू इथिका', 'डायमंड डस्ट' आणि 'फास्टिंग फीस्टिंग' आदी आहेत.

अनिता अनेक साहित्य संस्थेच्या सदस्य आहेत जसे की, द रॉयल सोसायटी ऑफ लिटरेचर, लंडन ॲंड अमेरिकन अकादमी ऑफ आर्ट ॲंट लेटर्स. त्यांची सुपूत्री किरण देसाई

देखील लेखिका आहेत, ज्यांना 'इनहेरिटन्स ऑफ लॉस' या पुस्कासाठी बुकर पुरस्काराने सन्मानीत करण्यात आले आहे.

अनुष्का शंकर

अनुष्का शंकरचा जन्म ९ जून १९८१ ला लंडनमध्ये झाला. त्यांनी दाखवून दिले की त्या एक प्रतिभाशाली सितारवादक असण्याबरोबरच भारतीय संगीताचे देखील सखोल ज्ञान ठेवतात. त्या एकमेव अशा संगीतकार आहेत ज्यांनी आपल्या विंग सितारवादक तसेच संगीतकार रविशंकरजीकडून शिक्षण घेतले. त्यांनी नऊ वर्षापासूनच त्यांच्यासोबत सितारवादनाला सुरूवात केली. वयाच्या तेराव्या वर्षी त्यांनी दिल्लीत पहिला कार्यक्रम केला. त्याच वर्षी त्यांनी रिकॉर्डिंग 'इन सेलिब्रेशन' च्या रेकॉर्डिंगला सुरूवात केली. १९९८ मध्ये पहिले रेकॉर्डिंग करून अनुष्काने सर्वांना चकित केले.

नंतर २००१ मध्ये दोन अल्बम 'अनुराग' आणि 'लाइव्ह ॲट कारनेगी हॉल' नंतर निघालेल्या अल्बमला ग्रॅमी पुरस्कारासाठी नामांकीत करण्यात आले. त्या सर्वात कमी वयातल्या सितारवादीका होत्या. अनुष्काच्या वडिलांच्या ग्रॅमी पुरस्कारप्राप्त 'फुल सर्कल कारनेगी हॉल २०००' साठी सितारवादन केले.

अनुष्काचे बालपण लंडनमध्ये गेले. सात वर्षाच्या झाल्यावर त्यांचा जास्तीत जास्त वेळ भारतात (दिल्लीत) घालवू लागल्या. जिथे त्या आपल्या कलेचं सादरीकरण करता-करता बनलेल्या नव्या रविशंकर केंद्राची देखील देखभाल करत. वयाच्या आकराव्या वर्षी त्या लंडनमधील कॅलफोर्नियात आल्या, जिथे त्यांनी १९९९ मध्ये पब्लिक स्कूलमधून पदवीची डिग्री घेतली. २००२ मध्ये त्यांनी आपलं 'बप्पीः द लव्ह ऑफ माइ लाइफ' हे आत्मकथन लिहिले.

ब्रिटिश संसदेने त्यांना १९८८ मध्ये 'हाऊस ऑफ कॉमन शील्ड' प्रदान केले. त्या हा सन्मान प्राप्त करणाऱ्या कमी वयाच्या पहिल्या महिला आहेत. त्या कलकत्त्यामधील रामकृष्ण केंद्रात कार्यक्रम करणाऱ्या पहिल्या महिला बनल्या. त्यांना इंडियन टेलिव्हिजन अकॅदमी, अस्मि तसेच इंडियन टाइम्सने वर्ष २००० च्या चार महिलांमधून निवडले.

त्यांनी आपला जास्तीत जास्त वेळ यूरोप, अमेरिका व आशियात एकटीने कार्यक्रम केला. त्या आपल्या वडिलाच्या मौलिक कार्यात देखील सहयोग देत असतात, ज्यात 'अ पीस फॉर सितार', 'सॅलो', 'मूड सर्कल', 'निवेदन', 'हिलिंग व 'डिव्हाईड' आदी प्रमुख आहेत.

त्यांनी जगातील अनेक प्रसिद्ध व्यक्ती सोबत स्टेजवरील कार्यक्रम केले ज्यात स्टिंग, मॅडोनो, नीना सिमोन, एंजलीक, एल्टन जॉन आदी प्रमुख आहेत. त्या आता कंपोझर म्हणूनही नाव कमवू इच्छितात, हे सिद्ध झाले आहे की त्या वडिलांचा वारसा पुढे चालविण्यासाठी समर्थ आहेत.

अमृता शेरगिल

प्रख्यात भारतीय चित्रकार अमृता शेरगिल यांच्या चित्राद्वारे प्रेम व देशबांधवाप्रति आपलेपणा जाणवतो.

अमृताचा जन्म हंगेरीत, १९१३ मध्ये झाला. त्यांचे वडील जन्मजात शिख तसेच आई हंगेरियन होती. आई-वडिलांना कलेमध्ये रस होता. त्यांचे वडील उमरावसिंह संस्कृतचे एक विद्वान होते तसेच आई मेरी आँटनी एक पियानो वादीका होती. अमृताचे बालपण हंगेरीमध्येच गेले. १९२१ मध्ये त्यांचं कुटुंब शिमल्याला आलं. इथे आल्यावर चित्रकलेच्या प्रांतात अमृताने पहिले पाऊल टाकले. शिमल्यात अमृताच्या आईची भेट एक इटालियन मूर्तीकाराबरोबर झाली. १९२४ मध्ये ज्यावेळी ते इटालीत आले, अमृता आणि अमृताची आई, दोघीपण सोबतच होत्या.

इटालीत अमृताला एका रोमन कॅथॉलीक संस्थेत पाठविण्यात आले. तिथे फारच कडक शिस्त होती. परंतु अमृताला इटालीच्या कलाकारांच्या कलेचं कौतूक करण्याची समजून, घण्याची संधी इथेच मिळाली.

१९२७ मध्ये अमृता भारतात आल्या व अविने बेकले यांच्याकडून चित्रकला शिकवू लागल्या. त्यांना वाटत होते की अमृताने वास्तवीक जगातल्या कोण्या एखाद्या व्यक्तीला आपला आदर्श म्हणून निवडावं. परंतु अमृताला हे मान्य नव्हतं.

वयाच्या सोळाव्या वर्षी अमृता पॅरिसला गेल्या. तिथे त्यांनी कला विद्यापीठातून कलेची डिग्री मिळवली. फ्रान्समध्येच अमृताने चित्रकलेला गंभीपणे घ्यायला सुरूवात केली.

त्यांचं सुरूवातीचं चित्र होतं 'टोर्सी'. सर्वांनी त्यांच्या चित्राचं कौतूक केलं आणि त्यांना पॅरिसच्या ग्रँड सलूनची असोसिएट म्हणून निवडण्यात आलं.

१ ९ ३ ४ मध्ये अमृता भारतात आल्या व आपल्या स्वतःच्या शैलीतली चित्रं काढू लागल्या त्यांनी गरीब, ग्रामीण व शिकाऱ्यांना आपलं मॉडेल करून चित्रे काढली. दक्षिण भारताच्या प्रवासात असताना त्यांना साधेपणाचा साक्षात्कार झाला. ज्यांना तो आपल्या चित्रांमधून व्यक्त करायचा होता. १ ९ ३ ८ मध्ये त्या हंगेरीला गेल्या आणि विवाहानंतर तिथेच राहू लागल्या.

अरूंधती रॉय

प्रसिद्ध भारतीय कादंबरीकार व समाजसेविका अरूंधती रॉय यांचा जन्म २४ नोव्हेंबर १ ९ ६ १ ला असाममध्ये झाला. त्या ख्रिचन आई तसेच बंगाली हिंदू वडिलांची पुत्री आहेत. अरुंधतीचं बालपण आईसोबतच केरळात गेलं. त्यांची आई पण एक समाजसेविका होती. त्यांनी स्वतंत्र स्कूल उघडून मुलीला औपचारीक शिक्षण दिलं.

अरूंधतीचा दाखला 'स्कूल ऑफ आर्किटेक्चर' मध्ये घातला. तिथेच त्यांची आणि जीरर्ड यांची भेट झाली, जे नंतर विवाहबद्ध झाले. ते त्या ठिकाणाचे फेलो स्टुडंट होते. दोघांनीही वस्तूकला सोडून दिली आणि गोव्याला गेले. त्यांना पोट भरण्यासाठी केक तयार करून विकावे लागले. हे लग्न चार वर्ष टिकलं.

अरूंधती एकदा दिल्लीला परतल्या. त्यांनी नॅशनल इंस्टिट्यूट ऑफ अर्बन अफेअर्समध्ये नोकरी धरली. किरायाच्या घरात त्या राहू लागल्या. याच दरम्यान त्यांना 'मॅसी साहेबा साठी जनजातीय मुलीची भूमिका करण्याचा प्रस्ताव मिळाला. नंतर त्यांनी चित्रपट दिग्दर्शकासोबतच विवाह केला. या दरम्यान त्या इमारतीचे पुनर्निर्माण या विषयाचा अभ्यास करण्यासाठी इटालीला गेल्या.

पतीला सोबत घेऊन त्यांनी दूरदर्शनासाठी 'बेनयन ट्री' नावाची मालिका देखील तयार केली. त्यांनी टि. व्ही. साठी दोन स्क्री प्ले देखील लिहिले.

शेखर कपूरची वादग्रस्त फिल्म 'बॅंडिटक्वीन' ची कथा देखील त्यांनीच लिहिली होती. त्यानंतर अरूंधतीने आपला संपूर्ण वेळ लेखनासाठीच दिला. त्यानंतर जन्म झाला त्यांच्या 'द गॉड ऑफ स्मॉल थिंग्ज' या पुस्तकाचा. वर्ष १ ९ ९ ७ मध्ये त्यांना त्यासाठी बुकर पुरस्कार देवून सन्मानीत करण्यात आले. वर्ष २ ० ० ४ मध्ये त्यांना सिडनी पीस पुरस्कार देण्यात आला.

त्यानंतर त्यांनी राजकीय विषयावर लिहायला सुरूवात केली. त्यांनी नर्मदा बचाव आंदोलन, भारतीय परमाणू शस्त्र सारख्या विषयावर लिहिले. त्या जागतिकीकरण विरोधी आंदोलनात सक्रिय आहेत तसेच नवसाम्राज्यवादावर टीका करीत असतात.

अस्मा जहांगीर

"कायद्यासमोर प्रत्येक व्यक्ती समान आहे तसेच सर्वांना कायद्याचे संरक्षण मिळाले पाहिजे". पाकिस्तानच्या राज्यघटनेत आणखी देखील मानवी अधिकार आहेत. असे असले तरी पाकिस्तानात स्त्रींयासाठी असणारे कायदे कमजोर आहेत. पाकिस्तानचा मानवाधिकार कमीशननुसार पाकिस्तानी स्त्रींयासोबत अत्यंत वाईट व्यवहार केला जातो. अनेक विचारवंत व चिंतक कट्टर धर्माच्या विरोधात उभे राहिले आहेत, यासाठी की स्त्रीयांच्या अधिकारांचे संरक्षण झाले पाहिजे.

या अशा वातावरणात वकील अस्मा जहांगीर देखील पूर्ण शक्ती एकवटून महिलांच्या अधिकांरासाठी दंड थोपटून आहेत. जहांगीर आठरा वर्षाच्या असताना पाकिस्तानच्या मार्शल लॉ सरकारने त्यांच्या वडिलांना कैद केलं. वयाच्या २८ व्या वर्षी त्यांचा विवाह झाला. त्यांनी आपली बहिण हिना जिलीना व इतर दोन महिलेसोबत लाहोरात वकिली सुरू केली. जहांगीर व तिच्या आई-वडिलांनी नेहमी कट्टर रूढी व परंपरेत गांजलेल्या स्त्रींयाची मदत केली.

वकिली चांगली चालल्यावर, जहांगीर पाकिस्तानमधील सुधारणेच्या संदर्भात संघर्ष करू लागल्या. १९८४ मध्ये त्यांनी न डगमगता जिया-उल-हक सरकारच्या सैन्याविरोधात उभा राहिल्याने त्यांना कैद करण्यात आले. १९८६ मध्ये त्या पाकिस्तानच्या ह्यूमन राइट कमीशनच्या सेक्रेटरी जनरल बनल्या. त्यांनी ठरविले की शोषित व पीडीत महिला, मुले, अल्पसंख्याक व कामगारांसाठी लढतील व पाकिस्तानला अंतरराष्ट्रीय मानवाधिकार स्तरापर्यंत आणतील.

पाकिस्तानातील एका कायद्यानुसार बलत्काराचा आरोप लावणाऱ्या स्त्रीलाच कोर्टात उभा करून तिच्यावर 'जिना' (तिच्यावर विवाहबाह्य संबंध ठेवण्याचा) आरोप ठेवल्या जातो. आज पाकिस्तानातील ८० टक्के स्त्रींयावर हाच आरोप आहे. जहांगीरने याला विरोध केला. महिलांना त्यांच्या अधिकाराची व कायद्याची माहिती देण्यासाठी समोर आल्या. पाकिस्तानात 'देवावर टिका' या गोष्टीला गंभीर गुन्हा समजून कठोर शिक्षा केली जाते.

जहांगीर बहुधा अशाच कायद्याच्या शिकार झालेल्या महिलांना मदत करते. १९९४ मध्ये त्यांना पाकिस्तानची पहिली महिला जज बनण्याची संधी मिळाली परंतु त्यांनी ते पद यामुळे स्वीकारले नाही की त्यांचा असल्या कायद्यावर विश्वास नाही. जहांगीर पाकिस्तानात पसरलेल्या असल्या अराजकतेला कमी करण्यासाठी प्रयत्नशील आहेत. त्या आशावादी आहेत तसेच त्यांचे म्हणणे आहे की पाकिस्तनात एका दिवशी कट्टर व धर्मांध युगाचा शेवट होईल.

आंग सान सू की

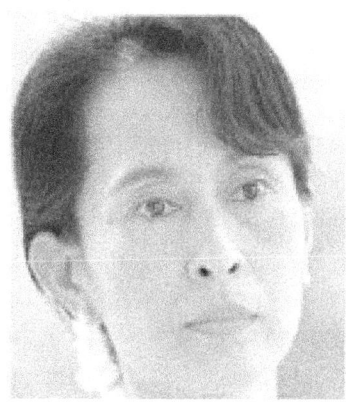

डॉ. आंग सान सू की यांनी बर्माच्या लोकशाही संघर्षात भाग घेतला. त्यांनी नेहमी हिंसेला विरोध केला.

त्यांचा जन्म १९ जून १९४५ ला बर्माच्या स्वतंत्र लढ्याचे नायक आंग सान सू याच्यापोटी झाला.

सू की यांचे शिक्षण बर्मा, भारत व यू. के. येथे झाले. त्या केवळ दोन वर्षाच्या असताना त्यांच्या वडिलांची हत्या झाली. १९८८ मध्ये त्या लंडनमध्ये होत्या. आपल्या आजारी आईच्या सेवेसाठी बर्मा देशात आल्या. तेथील आंदोलनात सहभागी झाल्या.

नॅशनल लीग फॉर डेमोक्रॅसी या पक्षाच्या त्या सदस्य बनल्या. त्यांनी स्वतंत्र्य व लोकशाहीसाठी अनेक भाषणे दिली. सैन्याने हे आंदोलन चिरडून टाकण्याचा प्रयत्न केला. जवळ-जवळ १०,००० कार्यकर्त्यांना गोळ्या घालण्यात आल्या. काही महिन्यातच ही खळबळ माजली. सरकारला ही परिस्थिती हाताळता नाही आल्याने नाइलाजाने १९९० मध्ये सार्वजनीक निवडणूकीची घोषणा केली.

सू त्यावेळी स्वतःच्या घरीच नजरबंद होत्या. तरीदेखील त्यांच्या पक्षाला ५२ टक्के जागा मिळाल्या. सू यांना अनेकदा कैदेत टाकण्यात आले. त्यांच्या समर्थकासोबत अंत्यत वाईट व्यवहार करण्यात आला. नंतर त्यांना जेलमधून बाहेर काढल्यावर स्वतःच्या घरीच कैदेत ठेवले.

त्याना अनेक अंतरराष्ट्रीय पुरस्कार मिळाले आहेत. ज्यामध्ये शांततेसाठीचा नोबेल पुरस्कार, युरोपीय संसदेचा साक्रोव्ह पुरस्कार, अमेरिकेचा प्रसिडेंशियल मेडल ऑफ फ्रीडम, भारताचा जवाहरलाल नेहरू पुरस्कार आदींचा समावेश आहे. त्यांनी संपूर्ण जगातील लोकांना अवाहन करताना म्हटले, "कृपया आपल्या स्वतंत्र्याचा उपयोग करीत, आम्हाला समर्थन द्या!"

आनंदमूर्ति गुरूमाँ

आनंदमूर्ति गुरूमाँला 'गुरूमा' या नावाने देखील ओळखल्या जाते. त्या एक आध्यत्मिक मार्गदर्शिका म्हणूनही प्रसिद्ध आहेत. हिंदू, मुस्लीम, बौद्ध, शिख, खिचन व सूफी आदी अनेक धर्माची मंडळी त्यांचा सन्मान करतात. ते त्याच्या शिकवणूकीवर भर देतात. त्यांचा संदेश धर्म, जात, लिंग व देशांची मर्यादा पाळत नाही.

आनंदपूर्ति गुरूमॉ त्या रहस्यवादी मंडळींपैकी आहेत, ज्या स्वतःभोवती एक दैवी आभा बाळगतात. त्या आपल्या उपदेशांच्या बळावर सामान्य लोकांच्या मनात असणाऱ्या शंकाचे निरसन करण्याची क्षमता ठेवतात.

गुरूमाँ ध्यान, योग, सजगता, आत्मस्वीकृती आदी शिकवण्यासाठी जेन, तंत्र, सूफी, बौद्ध व अनेक तंत्राचा उपयोग करतात.

त्यांच्या उपदेशांचे व प्रवचनांचे अमृत अत्यंत आनंदमयी आहे. त्या पूर्ण निष्ठेनं व श्रद्धेनं सत्य सांगण्याचं काम करीत आहेत.

त्या समजतात की ध्यान किंवा अध्यात्मामध्येच जीवनाचा रस लपलेला आहे. हे सत्य व रस जीवनाच्या मर्यादेच्या पलिकडील आहेत. त्या आपल्याला त्या मार्गावर चालण्यासाठी मार्गदर्शन करतात जो मार्ग आपण जवळ-जवळ विसरलो आहोत.

त्यांनी भारतात महिलांच्या सशक्तीकरणासाठी 'शक्ती' नावाच्या मोहीमेला सुरूवात केली आहे. 'शक्ती' या गरीब मुलींना बारावीपर्यंतचे शिक्षण देण्याची व्यवस्था आहे. इथे शिक्षणासाठी आर्थीक मदत पण दिल्या जाते. त्यासाठी कोणाचेही लिंग, जात किंवा वर्ण तपासला जात नाही. याला सन २००० मध्ये अनौपचारीक पद्धतीने सुरूवात झाली. २००६-२००७ च्या शैक्षणिक सत्रात जवळ-जवळ १७५ विद्यार्थीनीच्या शिक्षणाचा खर्च उचलण्यात आला.

आलिया

गायिका अभिनेत्री आलियाचा जन्म ब्रुकलीन न्यूयॉक येथे झाला. त्यांचं पालन-पोषण डेट्रांटमध्ये झालं. सिडीकेट टी.व्ही मालिका 'स्टार सर्च' मधून त्या प्रेक्षकांसमोर आल्या. त्यांनी आपल्या गायन व प्रतिभेच्या जोरावर सर्वांच्या मनाला मोहित केले. त्यानंतर काही वेळ त्यांनी आर्टस् हाईस्कूलमध्ये घालवला. त्यांने नृत्यातली पदवी मिळविल्यावर त्या गायक कंपोजर आर केली यांना भेटल्या. त्यांचा अल्बम 'एज ॲट नथिंग बट

अ नंबर' हिट ठरला. १ ५ वर्षीय आलियाने २ ० वर्षीय केलीसोबत विवाह देखील केला. पण अल्पवयीन असल्या कारणाने त्यांचा विवाह बेकायदेशीर ठरविण्यात आला.

त्यानंतर आलियाने 'वन इन अ मिलियन' रेकॉर्ड केला. या अल्बने देखील त्यांना प्रचंड यश मिळाले. अनेक अवार्ड शो व 'आर यू दॅट समबडी' च्या व्हिडिओत आलियाला पाहून, फिल्म निर्माता जोल सिल्व्हरने ऑडिशनचा प्रस्ताव ठेवला. आलियाला 'रोमायो मस्ट डाई' च्या प्रमुख भूमिकेसाठी निवडण्यात आले. हा चित्रपट बॉक्स ऑफिसवर हिट ठरला. 'क्वीन ऑफ डॅम्ड' २ ० ० २ आणि 'द मॅट्रिक्स' १ ९ ९ ९ मध्ये देखील काम करण्याची संधी मिळाली.

चित्रपटात काम करता-करता आलियाने आपला तिसरा अल्बम 'आलिया' या नावाने काढला. 'ट्राय अगेन' गाण्यासाठी त्यांच्या नावाचा विचार ग्रॅमी पुरस्कारासाठी करण्यात आला. अनेक एम.टी.व्ही. व्हिडिओ पुरस्कार देखील मिळाले.

ऑगस्ट २ ० ० १ मध्ये आलियाने आपल्या एका गाण्याच्या व्हिडिओसाठी त्या बहमासला गेल्या. तिथे व्हिडिओ दिग्दर्शक हाइप विलियम्सने गाण्याची शूटिंग केली.

शूटिंगनंतर २ ५ ऑगस्ट २ ० ० १ ला आलिया व त्यांच्या काही सहकार्यांनि परतीचे विमान बुक केले. विमान उड्डानानंतर काही मिनिटानंतरच दुर्घटनाग्रस्त झाले. विमानातील इतर प्रवाशासोबत त्यांचाही अंत झाला.

बावीस वर्षीय आलियाने कमी वयात आणि वेळेत आपल्या प्रेक्षकांच्या मनात जागा केली होती. त्यांचं जीवन म्हणजे अशा तरूण अफ्रिकी-अमेरिकी मुलीची कहाणी आहे, जी संकटावर मात करीत आपल्या प्रतिभेच्या जोरावर पुढे चालत जाते.

आशा भोसले

लोकप्रिय पार्श्वसंगीत गायिका आशा भोसले यांचा जन्म ८ सप्टेंबर १ ९ ३ ३ ला महाराष्ट्रात, संगीतज्ज्ञ, मंगेशकर कुटुंबात झाला. त्या प्रसिद्ध गायिका लता मंगेशकर यांच्या बहिण आहेत.

अशाजीने जवळ-जवळ भारतातील सर्व भाषेत व इंग्रजीत २ ०,० ० ० पेक्षाही जास्त गीत गायले आहेत. त्या त्याच्याच वेगळ्या पद्धतीने गातात.

त्यांनी आपल्या बहिणीच्या मार्गदर्शनाखाली करिअरची सुरूवात केली. सर्वप्रथम त्यांनी 'चुनरीया' १ ९ ४ ८ या चित्रपटासाठी गीत गायले. १ ९ ४ ९ ला 'रात की रानी'साठी गायन केले.

एप्रिल १९४२ मध्ये त्यांचे वडील दिनानाथ मंगेशकर या जागातून गेले. वडिलांच्या मृत्यूने संपूर्ण कुटुंब दुःखात बुडाले. मुले अजून लहान होती, कुटुंब कसं चालवायचं याची समस्या होती. ते पुण्यावरून कोल्हापूर आणि नंतर मुंबईला आले. वयाच्या अवघ्या दहाव्या वर्षी आशाने मराठी चित्रपट 'माझं बाळ' या चित्रपटासाठी गायन केलं. तेव्हापासून त्या जवळ-जवळ प्रत्येक भाषेत, रशियन व मल्याळी भाषेसाठी देखील गात राहिल्या. 'आलाप' भारतीय रॅप बाबा सहगल व वाच जॉर्जसोबतही त्यांनी गायन केले आहे.

आशाच्या कॅसेट व रिमिक्स अल्बमचे मोजमाप होऊ शकत नाही. सुरूवातीला त्याच्या प्रतिभेचा विचार झाला नाही, परंतु आर. डी. बर्मन व ओ. पी नय्यरसारख्या संगीत दिग्दर्शकांने त्यांना संधी दिली . आशाने 'तिसरी मंजील', ' इजाजत', 'खुशबु', 'मेरे सनम', 'काश्मीर की कली', 'एक मुसाफिर एक हसीना' व 'प्राण जाए पर वचन ना जाए' सारख्या चित्रपटासाठी मधूर गायन केले. 'पिया तू' व 'दम मारो दम' सारख्या गीतांना तर समाज आजही विसरला नाही.

आशा फास्ट नंबर व गझल असे दोन्ही प्रकार गायनात सिद्धहस्त आहे. 'निगाहे मिलाने का जी चाहता है' 'रात की बात कह दूँतो' सारख्या कव्वाल्या. 'सून ले पुकार' सारखे भजन व 'इन ऑखो की मस्ती' सारख्या गझल त्यांच्या नावावर आहेत.

त्यांना अनेक पुरस्कार व सन्मान देवून सन्मानीत करण्यात आले आहे.

इंग्रिड बर्गमेन

इंग्रिड बर्गमेनचा जन्म २९ ऑगस्ट १९१५ ला स्टॉकहोम स्वीडन येथे झाला. आपले शालेय शिक्षण पूर्ण करेपर्यंत त्या अभिनय करण्याचा निर्णय घेऊन बसल्या होत्या. सन १९३२ मध्ये त्यांनी एक स्वीडिश फिल्म 'लँडस्केप' मधून हळूच प्रवेश केला.

आई-वडिलांच्या मृत्यूनंतर त्या चुलत्यासोबत राहू लागल्या. त्यांनी काही काळासाठी नाटकात काम करण्याचे ठरविले परंतु त्यांना लवकरच समजले की नाटकातला अभिनय त्यांच्यासाठी नव्हता.

त्यांनी अनेक चित्रपटात काम करून सर्वश्रेष्ठ अभिनेत्रीचा दर्जा प्राप्त केला. 'इंटरमेजो अ लव्ह स्टोरी' मध्ये त्यांना एका अमेरिकन दिग्दर्शकानं पाहिलं आणि स्वतःच्या चित्रपटासाठी निवडलं. त्या कॅलिफोर्नियात आल्या आणि चित्रपटाच्या

रीमेकमध्ये काम करू लागल्या. चित्रपट जगताने त्यांच्या आधुनिक सौंदर्य प्रतिभेचं कौतूक केलं. हॉलीवुडला एक सशक्त अभिनेत्री मिळाली होती. प्रेक्षकात त्यांची लोकप्रियता वाढली होती.

नंतर त्या तीन चित्रपटासाठीचा करार पूर्ण करायला स्वीडनला गेल्या. त्या फार विचारपूर्वक आपल्या भूमिका निवडत. 'फॉर हूम द बेल टॉल्स' मधील अभिनयासाठी त्यांना अकादमी पुरस्कारासाठी नामांकीत करण्यात आले. 'जॉन ऑफ अर्क' १९४८ सहित त्यांचे चारवेळा नामांकन झाले.

१९४९ मध्ये त्या फिल्म 'स्ट्राम बॉली' साठी इटलीत गेल्या आणि चित्रपट दिग्दर्शक रोबर्टो रोजेलिनी यांच्या प्रेमात पडल्या. त्यांनी आपल्या पती व पुत्रीला सोडून दिल्यावर अमेरिकन प्रेक्षक त्यांच्यावर नाराज झाले. त्या इटलीमध्येच थांबल्या तसेच आपल्या पुत्राला जन्माला घातले. १९५२ मध्ये त्यांच्या घरी जुळया मुलीने जन्म घेतला. ज्या आपल्या काळातील पहिल्या मुलीप्रमाणेच त्यांच्या काळातल्या प्रसिद्ध अभिनेत्या बनल्या. १९५६ मध्ये त्या 'अनास्टेशिया' या चित्रपटासाठी हॉलीवूडला परतल्या, जी इंग्लडमध्ये चित्रित करण्यात आली. त्यांना या चित्रपटासाठी देखील दुसरा अकादमी पुरस्कार देण्यात आला.

युरोप व रशियात काम करीत असताना त्यांनी उत्कृष्ठ चित्रपट दिले. 'होल्टासोनटिन' १९७८ मध्ये त्या पुन्हा एकदा अकादमीसाठी नामांकीत झाल्या. त्यांना तो मिळाला नसला तरी अनेकांनी मान्य केले की ती त्यांच्या जीवनातली चांगली कलाकृती होती. 'अ वूमन कॉल्ड गोल्डा' या चित्रपटासाठी त्यांना सर्वश्रेष्ठ अभिनेत्री म्हणून 'एमी पुरस्कार' देण्यात आला. हा चित्रपट इस्त्रायली पंतप्रधान गोल्डा यांच्या जीवनावर आधारीत होता.

३० ऑगस्ट, १९८२ ला इंग्रिड यांचा कॅंसरने मृत्यू झाला.

इंदिरा के नुई

यशस्वी अमेरिकन महिला व्यावसायीक, इंदिरा कृष्णमूर्ती नुईचा जन्म २८ ऑक्टोबर १९५५ ला तामिळनाडूच्या चेन्नईला झाला. त्यांनी भारतीय मूल्य व मर्यादा कायम ठेवत अंतरराष्ट्रीय स्तरावर आपली ओळख निर्माण केली.

आपल्या मुलांच्या पालन-पोषणात इंदिराच्या आईने महत्त्वाची भूमिका पार पाडली. मुलांना रोज रात्री भाषण द्यायला लावत. यामुळे की ते काय होऊ इच्छितात हे समजावे. विजेत्या मुलाला बक्षीस म्हणून चॉकलेट मिळायचं. अशा तऱ्हेने त्यांच्या मुलांमध्ये काहीतरी करून दाखविण्याची इच्छा जागृत होई.

कॉलेजमध्ये नूई मुलीच्या बँडमध्ये गिटार वाजवत होती. भारतात 'जॉन्सन अँड जॉन्सन' व 'बीअर्ड सेल' सोबत काम केल्यानंतर जे पैसे मिळाले ते घेऊन त्या उच्च शिक्षणासाठी अमेरिकेत गेल्या. तिथे पण त्यांनी परिश्रम घेऊन स्वतःच्या हिमतीवर बोस्टन कंसल्टिंग ग्रुपमधून आपल्या करिअरला सुरूवात केली. तेथून त्या स्ट्रॅटजी व स्ट्रॅजिक मार्केटिंगच्या वरिष्ठ उपाध्याक्षाच्या पदापर्यंत पोहोचल्या. काही काळ त्यांनी मोटोरोलामध्येही काम केले.

नुई मोठ्या जबाबदाऱ्या घ्यायला मागे हटत नाहीत. कारण त्यांना माहीत आहे की डर के आगे जीत असते. त्यांनी १९९८ मध्ये 'ट्रॉपिकाना' ची खरेदी तसेच १९९७ मध्ये फस्ट फूड चेनमध्ये महत्वाची भूमिका केली. पेप्सी कंपनीच्या अध्यक्षा व मुख्य अधिकारी इंदिरा के नूई असे समजतात की यशाचा पुढील गोष्टीसोबत घनिष्ठ नाते आहे. कुटुंब मित्र तसेच विश्वास. त्या समजतात की त्यांची कंपनी एखाद्या विशाल कुटुंबाप्रमाणे आहे तसेच स्पर्धेच्या या काळात चांगले कर्मचारीच त्यांचे चांगले सहकारी ठरू शकतात.

इंदिरा संपूर्ण श्रद्धा तसेच विश्वासाने भारतीय मुल्यांना समर्पित आहेत. त्या आपल्या हाइ-प्रोफाइल करिअर बरोबर हिंदू वारसा व घर परिवारही संभाळतात. इंदिरा के. नुई. भारतीय संस्कारावर विश्वास ठेवतात तसेच त्यांना आपल्या यशाचे श्रेय देतात.

इंदिरा गांधी

भारतीच्या तत्कालीन पंतप्रधान पंडित जवाहरलाल नेहरू तसेच श्रीमती कमला नेहरूची कन्या इंदिरा गांधीचा जन्म इलाहाबादेत १९ नोव्हेबर १९९७ ला झाला. इंदिरा गांधीचे प्राथमीक शिक्षण घरीच झाले. वडील जवाहरचा वेळ स्वतंत्र्य लढ्यात भाग घेत असल्याने जेलमध्येच जात होता आणि आई नेहमी आजारी असे. त्यांचं घर म्हणजे आनंदभवन राजकीय चळवळीचं केंद्र होतं. अशा वातावरणात इंदिराचं बालपण गेलं. त्या पण देशाला स्वतंत्र करण्याचं स्वप्न पाहू लागल्या.

त्यांनी आपल्या वयाच्या मुलांना सोबत घेऊन 'वानर सेना' काढली. याचे सदस्य क्रांतीकारकाच्या गुप्त सूचना, संदेश व पत्र पोहचण्याचे कार्य करत. पुण्या-मुंबईत शालेय शिक्षण झाल्यावर त्यांना शांती निकेतनमध्ये पाठविण्यात आले.

तिथे नेहरूच्या कन्येनं स्वयंशासन व साधेपणाचा एक आदर्श घालवून दिला. तिथे त्यांच्या प्रतिभेला अधिकच खुलण्याची संधी मिळाली.

कमलाजीच्या आजारपणामुळे त्यांना विदेशात जावे लागले. इंदिरा त्यांच्यासोबत गेल्या. त्यांच्या आईच्या मृत्यूनंतर त्या तिथेच ऑक्स्फोर्ड विद्यापीठात शिकू लागल्या. फिरोज गांधीसोबतच्या मैत्रीचे प्रेमात रुपांतर याच ठिकाणी झाले आणि त्या विवाहबंधनात अडकल्या.

राजीव आणि संजय अशी त्यांना दोन मुले झाली. पतीदेव कामात व्यस्त असत. त्या वडिलाच्या राजकारणात भाग घेऊ लागल्या. स्वातंत्र्यानंतर झालेली देशाची फाळणी आणि दंगलीत जखमी झालेल्यांची त्यांनी सेवा केली. पती फिरोज गांधीच्या अकाली मृत्यूनंतर त्यांनी आपला सर्व वेळ राजकारण व देशसेवेसाठी दिला. १ ९ ५ ४ मध्ये त्या कॉंग्रेस पार्टीच्या अध्यक्ष म्हणून निवडल्या गेल्या. त्यानंतर अनेक पदाची जबाबदारी घेत त्यांनी २ ४ जानेवारी १ ९ ६ ६ ला बँकांचे राष्ट्रीयकरण केले. हरियाणा-पंजाब राज्याचा वाद संपुष्ठात आणला.

त्यांच्याच प्रयत्नीने जगाच्या नकाशावर बांग्लादेशाचा जन्म झाला. त्यांनी चोर बाजार, भ्रष्ठाचारी, महागाई व समाजाविरोधी घटकांचा चांगलाच समाचार घेतला. इंदिराजींना भारतरत्न उपाधी देवून सन्मानीत करण्यात आले. पोखरणमध्ये पहिली अणू चाचणी, राकेश शर्माची पहिला चंद्र मोहीम, रोहिणी आर्यभट्ट व भास्कर आदी उपग्रहांचे अंतराळात प्रेक्षपण व दक्षिण ध्रुवात भारताचे कायमचे केंद्र आदी सर्वच क्षेत्रात त्यांनी नाव कमावले.

सन १ ९ ८ ० च्या सार्वजनीक निवडणूकीनंतर त्या पुन्हा पंतप्रधान बनल्या. त्यांनी भारताच्या राज्यशासनाची व्यवस्था सुव्यवस्थित करण्यासाठी अनेक कल्याणकारी योजना तयार केल्या. त्यांना दुर्गा आवतार समजण्यात येत होते. त्यांची अंतरराष्ट्रीय कामगिरी देखील उल्लेखनीय राहिली.

एकिकडे पंजाबने एक समस्या उत्पन्न करून ठेवली होती इंदिराजीने 'ऑपरेशन ब्लू स्टार' ही मोहीम आखली. स्वर्ण मंदिराच्या तळघरात व खोल्यामध्ये भ्रष्टाचाराचे, अनैतिकतेचे व रानटीपणाचे असे निघृण पुरावे मिळाले, ज्याला पाहून मानवतेचा थरकाप व्हावा.

धर्मांध शिखांनी अशी आफवा पसरविली की इंदिराजीने त्यांच्या धार्मीक भावना दुखावल्या आहेत. त्यांनीच मग इंदिराजीला गोळ्या घालून ठार केले.

३ १ ऑक्टोबर ला त्या परदेशी टी.व्ही. चॅनल्सला मुलाखत देण्यासाठी घरातून बाहेर पडत होत्या. त्यांच्या स्वतःच्या सुरक्षा रक्षकानेच त्यांच्यावर गोळ्या झाडल्या. आपल्या हत्येच्या अगदी एक दिवस आधी, ओरिसामध्ये एका सभेत बोलताना त्या म्हणाल्या होत्या-"देशाची सेवा करताना मला मृत्यू आला तर मला त्याचा गर्व वाटेल. मला खात्री आहे की माझ्या रक्ताचा एक-एक थेब देशाच्या विकासासाठी व त्याला शक्तीशाली तसेच प्रगतीशील करण्यामध्ये मदतकारक ठरेल"

एंड्रिया जुंग

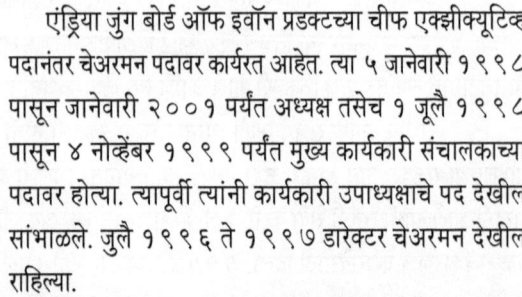

एंड्रिया जुंग बोर्ड ऑफ इवॉन प्रडक्टच्या चीफ एक्झीक्यूटिव्ह पदानंतर चेअरमन पदावर कार्यरत आहेत. त्या ५ जानेवारी १९९८ पासून जानेवारी २००१ पर्यंत अध्यक्ष तसेच १ जूलै १९९८ पासून ४ नोव्हेंबर १९९९ पर्यंत मुख्य कार्यकारी संचालकाच्या पदावर होत्या. त्यापूर्वी त्यांनी कार्यकारी उपाध्यक्षाचे पद देखील सांभाळले. जुलै १९९६ ते १९९७ डारेक्टर चेअरमन देखील राहिल्या.

५ जानेवारी १९९८ पासून ते इवॉन प्रडक्टच्या संचालक पदावर आहेत. त्या एका जनरल इलेक्ट्रीक कंपनीच्या स्वतंत्र संचालित देखील आहेत. कॅटेलिस्ट अँड बिझनेस काउंसिल ऑफ न्यूयॉर्क स्टॉक एक्सचेंजच्या संचालिका देखील आहेत.

त्या सोलोमन स्मिथ बार्नी इंटरनॅशनल अडवाइझरी बोर्ड, प्रिस्टन युनिव्हर्सिटी बोर्ड ऑफ ट्रस्टी तसेच एन.वाई. प्रेस्टीटेरियन हॉस्पिटल बोर्ड ऑफ ट्रस्टीजनच्या सदस्य देखील आहेत. १९९७ मध्ये ॲडर्व्हटाइझिंग एज नावाच्या दैनिकाने त्यांना 'नॅशनल आउटस्टॅंडिंग मदर' पुरस्कार देवून सन्मानीत केले तसेच '२५ वूमन टू वाच' च्या यादीत टाकले.

१९९८ मध्ये अमेरिकन अडर्व्हटाइझिंग फेडरेशनने त्यांना 'अडर्व्हटाइझिंग हॉल ऑफ फेम' हा सन्मान दिला. जानेवारी २००३ मध्ये त्यांना 'बिझनेस विक' मध्ये 'बेस्ट मॅनेजर्स' च्या यादीत टाकले. फॉर्च्युन दैनिकाने त्यांना प्रभावशाली ५० महिलापैकी एक म्हणून प्रसिद्ध केले होते. याशिवाय अनेक दुसऱ्या प्रतिष्ठित दैनिकाने देखील त्यांना आपल्या यादीत समाविष्ठ करून घेतले आहे.

एंजलीना जोली

एंजलीना जोली प्रसिद्ध अमेरिकन अभिनेत्री व माजी मॉडेल आहेत. त्यांचा जन्म ४ जून १९७५ ला लॉस एंजेल्स मध्ये झाला. वयाच्या आकराव्या वर्षी त्यांनी ली स्ट्रास वर्ग थिएटर इस्टिट्यूटमध्ये प्रवेश घेतला. अभिनेत्री होण्यापूर्वी त्यांनी मॉडेल म्हणून काम केले. फिल्म हॅकर्स द्वारे त्या प्रथम प्रेक्षकासमोर आल्या. १९७०-८० दशकाच्या सुपर मॉडल गिआ

कारनेगी यांच्या जीवनावर आधारीत तयार केलेल्या चित्रपटाने एंजलीना यांना चांगलेच यश मिळवून दिले. त्यांनी गोल्डन ग्लोब, स्क्रिन ॲक्टर्स गिल्ड व गोल्डन सॅटमिफाई पुरस्कार प्राप्त आहेत तसेच ग्रॅमीसाठी नामांकीत आहेत.

१९९९ पर्यंत त्यांचे चित्रपट फ्लॉप असत. नंतर 'गर्ल, इंटरप्टिड' साठी त्यांना ऑस्कर मिळाला. सर्वश्रेष्ठ सहायक अभिनेत्रीसाठी अकादमी पुरस्कार मिळाल्यावर त्यांना तीन गोल्डन ग्लोब पुरस्कार देखील मिळाला.

'लारा क्रोफ्टः टॉम्ब रायडर नंतर त्या ब्लॉकबस्ट अभिनेत्री म्हणून समोर आल्या. त्यानंतर आलेले अनेक चित्रपट फ्लॉप ठरले. परंतु त्यांचं अभिनयाचं कौतूक करण्यात आले. त्यांनी 'शार्कटेल' च्या कार्टून फिल्ममध्ये तसेच लोला या पात्राला आपला आवाज दिला.

'मिस्टर ॲंड मिसेस स्थिम' (२००५) च्या यशानंतर त्यांनी 'द गुड रोफर्ड' (२००६) साठी चांगलेच मानधन घेतले.

अभिनयाव्यतिरिक्त त्यांनी लंडन, न्यूयॉर्क व लॉस एजलीमध्ये व्यावसायीक मॉडेल म्हणून देखील काम केले व अनेक म्युझिक व्हिडिओत देखीत सहभाग नोंदवला.

एंजलीना आपले पती अभिनेता ब्रांड पिटसोबत भारतात आल्या. त्यांचं आगमन मीडियासाठीच नाही तर लोकांसाठी देखील आकषर्णाचं केंद्र ठरलं.

इथे त्यांनी त्यांच्या आगामी चित्रपटाचे चित्रीकरण देखील केले तसेच मुलांसोबत पर्यटन स्थळांचा आनंदही घेतला.

एंजेला गोम्स

बांग्लादेशाच्या गावात, स्त्रीयासाठी फारच कठोर नियम आहेत. आधीच गरीब असणाऱ्या समाजात स्त्रीयांची स्थिती तर जास्तच दयनीय असते. विधवा, परित्यक्ता किवा घटस्फोटीत स्त्रीयांना कोणाचा आधार नसतो. एखाद्या स्त्रीने एखाद्या पुरूषावर बलात्काराचा आरोप केलाच तर त्याचा न्याय करणारे पुरूषच असतात. महिलांचे पुरूषापुढे काही चालत नाही. अनेक बाग्लादेशी स्त्रीयांनी हेच आपलं नशीब म्हणून या गोष्टीचा स्वीकार केला आहे. एंजेला गोम्स असे समजत नाहीत.

ख्रिश्चन असणाऱ्या गोम्स यांचे बालपण ढाका शहराच्या जवळील खेड्यात गेले. त्या जॅसोरच्या एका शाळेत शिकू लागल्या. तसेच तेथूनच कॅथॉलिक

चॅरिटीच्या कामात व्यस्त राहू लागल्या. ग्रामीण, गरीब, अशिक्षित व पीडित महिलांना पाहून त्यांचं मन द्रवित होत असे. त्यांनी त्यांच्यासाठी काहीतरी करावं असं ठरवलं.

त्या गावा-गावात जावून महिलाना जागृत करू लागल्या. १९७७ मध्ये त्यांनी महिलांना कलात्मक उत्पादन तयार करूण विकणे याचे प्रशिक्षण दिले. नंतर त्यांनी कोंबडीपालन, मत्स्यपालन तसेच रेशमाचे कीडे पालन व्यावसाय करायचं शिकवलं. सर्वप्रथम ही कामे त्यांनी स्वतः शिकवून घेतली.

गोम्स यांनी 'कुराणा' चा अभ्यास केला व स्वतः मुस्लिमाप्रमाणे राहू लागल्या. हळूहळू सुधारणावादी मुस्लिमांचे समर्थन देखील मिळू लागले. असे असले तरी विरोधकांची संख्या काही कमी नव्हती, त्यांनी आपल्या ह्या आंदोलनाला १९८१ मध्ये 'बंचते शेखा' या नावाने नोंदणी कृत केले.

त्यांना अंतरराष्ट्रीय समाजसेवी संस्थाकडून मदत मिळू लागली. याचे सदस्य दाई पशु चिकित्सक व समुदायिक संघटनकर्ता होऊन गावोगावी फिरू लागल्या. त्या सर्वांना आरोग्याची काळजी. कुटुंब नियोजन व आहारविषयक माहीती देवू लागल्या.

गोम्सने एक समूहाला मुस्मि कायद्याच्या पॅरालीगल्स म्हणून प्रशिक्षित केले. आता त्या अनेक गावातील लोकांना घरगुती हिंसा, हुंडा व लिंगभेदासंबधीत मसस्या सोडविण्यात व्यस्त आहेत.

ही शाखा जॅसोरच्या १.५ हेक्टर इतक्या जागेत चालू आहे. या महिला आवारात अनेक प्रशिक्षण मुक्कामी देखील असतात. जवळ-जवळ २५००० महिला या संस्थेच्या आता सक्रिय सदस्या आहेत. संस्था हळू-हळू पुरूष प्रधान समाजात आपले पाळेमुळे मजबूत करीत आहेत.

एंजेला मर्केल

जर्मनीची महिला सचिव (चान्सलर) एंजेला मर्केट यांचा जन्म १९५४ मध्ये हेमबर्ग येथे झाला. त्यांचे वडील होर्स्ट कॅस्नर लूथेरियन पुरोहीत (धर्मगुरू) होते.

१९७८ मध्ये एंजीलाने भौतीकशास्त्रात डॉक्टरेट उपाधी प्राप्त केली तसेच पूर्वी बर्लिनच्या वैज्ञानीक अकादमीत केमिस्टच्या पदावर कार्य करू लागल्या.

जर्मन एकिकरणाच्या एक महिना आधी त्या 'क्रिश्चन डेमोक्रटिक यूनियन' मध्य सहभागी झाल्या.काही

महिन्यातच त्यांना हेलमर कोलच्या कॅबिनेटमध्ये महिला तसेच युवा मंत्री म्हणूल निवडण्यात आले.

एप्रिल २००० मध्ये त्यांना पक्ष नेतृत्व मिळाले. संरूवातीला त्यांनी हा आरोप फेटाळून लावला की त्यांनी सौदी अरेबियाला पुरवठा केलेल्या टँकमध्ये घोटाळा केला होता. त्या कोलच्या पहिल्या समर्थकापैकी होत्या. ज्यांनी टँक तोडल्या व आपले नाव कायम ठेवले.

२००५ मध्ये त्या जर्मन चान्सलर बनल्या. निवडणूकीत आपले जवळचे प्रतिस्पर्धी एस.पी.टी. पार्टीकडून केवळ तीन मताने पराभूत झाले. प्रचंड भ्रमानंतर एंजेला मर्केल जर्मनीच्या पहिल्या महिला सचिव म्हणून समोर आल्या.

एना एलीनार रूझवेल्ट

एना एलीनॉर रुझवेल्ट यांचा जन्म ११ ऑक्टोबर १८८४ ला न्यूयॉर्कमध्ये झाला. त्यांचे वडील राष्ट्रपती थिओडरचे धाकटे बंधू इलियट रूझवेल्ट होते. आईचे नाव एना हाल होते.त्या पण न्यूयार्कच्या मोठ्या कुटुंबातील होत्या. ॲनाचे आई-वडील बालपणीच वारल्यावर आपली आजी श्रीमती वेलेंटाइन हॉल तिवोली. न्यूयॉकमध्ये राहू लागल्या. १५ वर्षापर्यंत घरीच शिक्षण घेतल्यानंतर त्यांना मुलीच्या शाळेत इंग्लडला टाकण्यात आलं. शाळेच्या मुख्याद्यापिकेने त्यांच्या चिंतनाला व शिक्षणाला प्रोत्साहीत केले. १८ वर्षाची झाल्यावर त्या न्यूयॉर्कमध्ये आपल्या नातेवाईकाकडे राहू लागल्या. याच दरम्यान त्या समाजसेवा करू लागल्या आणि ज्यूनिअर लीगमध्ये सहभागी झाल्या.

१७ मार्च १९०५ ला त्यांनी फ्रॅंकलीन डीलने रूझवेल्ट यांच्यासोबत विवाह केला. त्यांना सहा अपत्य झाली. याच दरम्यान त्यांच्या पतीचे राजकीय करिअर वाढू लागले. पहिल्या महायुद्धादरम्यान त्या अमेरिकिन रेडक्रॉससोबत काम करू लागल्या. १९२१ मध्ये फ्रॅंकलीन रूझवेल्टला पोलिओ झाला तर त्या त्यांची मदत करायला पुढे सरसावल्या.

त्यांनी लीग ऑफ वूमन व्होटर्समध्ये भाग घेतला. वूमन ट्रेड युनियन लीगमध्ये सहभागी झाल्या तसेच न्यूयॉर्क स्टेट डेमॉक्रेटिक कमिटिसाठी काम केले. त्यांनी न्यूयॉर्कच्या एका खाजगी गर्ल्स स्कूलमध्ये शिक्षिक म्हणून सुद्धा काम केले.

फ्रँकलीनच्या शासनकाळात त्यांनी अनेक देशांचे दौरे केले. लोकांच्या काम करण्याच्या व राहाण्याच्या परिस्थितीचा सर्व्हे केला. अडचणीच्या काळात मदत केली तसेच आपल्या पतीला पूर्ण रिपोर्ट दिला. त्यांनी आपला सामाजिक व राजकीय प्रभाव देखील कायम ठेवला. त्यांनी गरीब व अल्पसंख्याकांच्या अधिकारासाठी आवाज उठवला. दुसऱ्या महायुद्धा दरम्यान त्या अमेरिकन कर्मचाऱ्यांचे मनोधैर्य वाढवू लागल्या.

पतीच्या मृत्यूनंतर देखील त्यांनी आपलं सार्वजनीक कार्य चालू ठेवलं. राष्ट्रपती ट्रूमेनेन यू.एस. डेलिगेशनमध्ये नियुक्त केले. त्या मानवाधिकारांची सार्वजनीक जाहीरनाम्याची रूपरेषा तयार करताना, मानवाधिकार कमीशनच्या चेअरमन होत्या.

१९५३ मध्ये त्यांनी डेलिगेशनचा राजीनामा दिला आणि अमेरिकेच्या अमेरिकन असोशिएशनसाठी काम करू लागल्या. राष्ट्रपती केनेडीने १९६१ मध्ये त्यांना पुन्हा एकदा यू.एस. डेलिगेशनमध्ये नियुक्त केले. त्यांनी पीस कॉर्प्सच्या नॅशनल ॲडव्हाइजरी कमिटीच्या सदस्यत्व तसेच प्रेसिडेंट कमिशनचे पद देखील देण्यात आले. त्यांना त्यांच्या मानवतावादी कार्यासाठी अनेक पुरस्कारही देण्यात आले.

मीडियामध्ये त्यांच्या भाषणाला चांगली दाद दिल्या जात असे. त्यांची आत्मकथा हे पुस्तक सोडून इतर पुस्तकेही लिहिली. त्यांचा 'माइ डे' हा स्तंभ त्या शेवटपर्यंत लिहित राहिल्या. त्या 'लेडीज होम जनरल' तसेच 'मॅक्कॉल्स' साठी प्रश्नोतरी प्रकारचा स्तंभ देखील देत असत.

७ नोव्हेंबर १९६२ ला न्यूयॉर्कमध्ये त्यांचा मृत्यू झाला.

ॲना कोर्नीकोव्हा

ॲना कोर्नीकोव्हाचा जन्म ७ जून १९८१ ला झाला. वयाच्या १३-१४ व्या वर्षीच ॲना बातम्याचा विषय बनल्या. त्यांनी अंतरराष्ट्रीय ज्यूनिअर टेनिसमध्ये अनेक टूर्नमिंट जिंकल्या. १४ वर्षाच्या वयातच त्या १८ वर्षाच्या आतील ज्यूनिअर यूरोपियन चँपियन व आइ.टी.एफ ज्यूनिअर वर्ल्ड चँपियनमध्ये दाखल झाल्या.

त्यांनी रशिया फेडरेशन कपसाठी खेळ खेळला आणि जिंकणाऱ्या सर्वात कमी वयाची खेळाडू बनल्या. १५ वर्षाच्या वयात त्या १९९८ यू.एस. ओपनच्या राउंडपर्यंत पोहोचल्या.

त्या १९९६ मध्ये जॉर्जीया अटलांटाच्या ओलंपिक खेळात सर्वात कमी डेलिगेशनच्या संघात होत्या. १९९७ मध्ये वयाच्या १६ व्या वर्षी त्या सर्वप्रथम डब्ल्यू.टी.ए.च्या टॉप रॅंकिंगमध्ये आल्या व मार्टिना हिंगिस, लिंडसे डेविनपोर्ट व स्टेफी ग्राफला पराभूत केले. स्लॅमचे डबल पुरस्कार मिळले.

ॲनाने मॉडलिंग शूटद्वारेही चांगली प्रसिद्धी मिळवली. १५ वर्षीय ॲनाच्या सौंदर्याचं जगाने मोकळ्या मनानं कौतूक केलं. दैनिकानं त्यांचे फोटो प्रकाशीत केले.

ॲनी बेझेंट

त्यांना 'ॲना मय्या' म्हणूनही संबोधले जाते. त्यांचा जन्म १ ऑक्टोबर १८४७ ला लंडनमध्ये एका मध्यमवर्गीय कुटुंबात झाला. त्यांचे वडील एक सुप्रसिद्ध डॉक्टर होते. पुस्तकाबद्दलचे प्रेम ॲनीला वडिलाकडून मिळाले. वडिलांनी त्यांना गणित, तत्त्वज्ञान व लॅटीन आदी विषयावरची पुस्तके वाचायला प्रोत्साहन दिले. वडिलांच्या मृत्यूनंतर आईनेच ॲनाचे पालन-पोषण केले. ॲनीच्या शिक्षिकेने त्यांना संगीताचे धडे दिले व फ्रान्स तसेच जर्मनीला देखील घेऊन गेल्या. तिथे ॲनीला फ्रान्स तसेच जर्मन भाषा शिकायला मिळाली.

ॲनी धार्मीकवृतीची महिला होती. त्यांचा विवाह एका पादरीसोबत झाला. श्रीमान फ्रॉंक बेझेंट व ॲनीला एक मुलगा व एक मुलगी झाली. लवकरच ॲनीच्या लक्षात आले की त्यांचे पती किती कट्टर आणि रूढीवादी विचाराचे होते. दोघांचा विवाह संपुष्टात आला. मुलाला पतीने ठेवून घेतले. मुलगी मेबल हिच आता ॲनाचा आधार होती. परंतु पतीने तिला पण हिरावून घेतलं.

दुःख, कष्ट आणि पीडाने ॲनीला नास्तीक बनवलं. त्यांनी नास्तीक विचाराचे समर्थक चार्ल्स ब्रेडले यांच्याशी संपर्क साधला. दोघांनी मिळून असे संघटन निर्माण केले जे ईश्वरावर विश्वास ठेवत नव्हते.

१९८२ मध्ये ॲनीच्या जीवनाला नवी कलाटणी मिळाली. त्या पुन्हा आस्तिक होऊ लागल्या. अभ्यासाकडे मन वळू लागले. थिऑसॉफिकल सोसायटीच्या सदस्या म्हणून त्या १९८३ ला भारतात आल्या.

इथे त्यांनी मद्रासमध्ये सोसायटीचे मध्यवर्ती कार्यालय स्थापन केले. भारतात त्या धर्म व शिक्षणात देखील रस घेऊ लागल्या.

ॲनी बेझेंट भारतीय स्वातंत्र्य लढ्याचा देखील एक भाग बनल्या. त्यांनी काँग्रेससाठी काम केले. जहाल-मवाळ गटातील दुरावा कमी करण्याचा प्रयत्न केला. त्यांनी 'न्यू इंडिया' या त्यांच्या मुखपत्रामधून देशाचा आवाज बुलंद केला. १९२७ मध्ये कलकत्ता काँग्रेस अधिवेशनाच्या अध्यक्ष म्हणूनही त्यांनी निवड झाली होती. त्यांनी होमरूल चळवहीतही काम केले. त्यांनी ग्रामीण भागातील गावांचा दौरा केला. इंग्रज सरकारने त्यांना बंदी बनवलं परंतु जनतेच्या रोषापुढे सोडून द्यावे लागले. ॲनी बेझेंट यांनी शेवटपर्यंत देशासाठी काम केले. त्या राजकारण व थिऑसॉफिकल सोसायटी या दोन्ही क्षेत्रात सक्रिय राहिल्या. वयाच्या ८७ व्या वर्षी त्यांचे निधन झाले.

एलिझाबेथ द्वितीय

महाराणी एलिझाबेथ द्वितीयचा जन्म २१ एप्रिल १९२६ ला लंडनमध्ये झाला. त्या ड्यूक तसेच डच जॉर्ज व एलिझाबेझची पहिली कन्या होती. जन्माच्या पाच आठवड्या नंतर बकिंघम पॅलेसच्या पॅपलमध्ये त्यांना एलिझाबेथ अलेक्झांडर मेरी विंडसर असे नाव देण्यात आले.

त्यांचे वडील राजा होतील असे काही वाटत नव्हते परंतु त्यांच्या बंधुला प्रेम प्रकरणामुळे राजपदावरून कमी करण्यात आले आणि त्या १९३६ मध्ये किंग जॉर्ज चतुर्थ बनले. अशा पद्धतीने आपल्या सुरूवातीच्या काळात एलिझाबेथला मीडियापासून दूर राहावे नाही लागले.

त्यांनी आपली बहिण मारगॅटसोबत घरीच शिक्षण घेतलं. त्यांचे वारसदार होण्याची पूर्ण खात्री होती म्हणून त्यांना संविधान तसेच कायद्याचे देखील ज्ञान देण्यात आले. १४ वर्षाच्या वयात त्यांना पहिली सार्वजनीक सेवा करण्याची संधी मिळाली. त्यांनी कॉमनवेल्थ व ब्रिटनच्या मुलांच्या नावाने पहिले रेडिओ प्रसारण केले.

दुसऱ्या महायुद्धानंतर सार्वजनीक जीवनात त्या चांगल्याच सक्रिय झाल्या. १९४७ ला त्या प्रथमच परदेशी दौऱ्यावर गेल्या. त्या आई-वडील आणि बहिणीसोबत दक्षिण अफ्रिकेच्या दौऱ्यावर गेल्या.

२१ नोव्हेंबर १९४७ ला फिलिप माउंटबेटनसोबत त्यांचा विवाह झाला. त्यांना चार मुले झाली. प्रिन्स चार्ल (प्रिन्स ऑफ वेल्स) चा जन्म १९४८ मध्ये, प्रिन्सेस ॲनी (प्रिन्सेस रॉयल) चा जन्म १९५० मध्ये, प्रिन्स ॲंड्यू (ड्यूक ऑफ यॉर्क) चा जन्म १९६० मध्ये तसेच प्रिन्स एडवर्डचा जन्म १९६४ मध्ये झाला.

१९५२ मध्ये केनियाच्या राजकीय दौऱ्या दरम्यान राणी एलिझाबेथ यांना समजले की त्यांचे वडील या जगातून गेलेत. देशात परत आल्या आणि शोकसंतप्त राष्ट्राला सांभाळले. २ जून १९५३ ला त्यांचा राज्यभिषेक झाला.

१९७७ मध्ये यू.के.व संपूर्ण कॉमनवेल्थमध्ये त्यांची सिल्व्हर जुबली साजरी करण्यात आली. ड्यूक एडिसनबर्गसोबत मिळून त्यांनी जवळ-जवळ ५६.००० मीलचा प्रवास केला, यामुळे की त्यांना लोकांना भेटता येईल.

२००२ मध्ये त्यांनी राणी होऊन पन्नास वर्ष झाल्याबद्दल मोठ्या थाटामाटात गोल्डन जुबली साजरी करण्यात आली.

ऐश्वर्या रॉय बच्चन

मिस वर्ल्ड १९९४, ऐश्वर्या रॉय बच्चनचा जन्म नोव्हेंबर १९७३ ला बंगालमध्ये झाला. त्यांना सगळेजण प्रेमाने 'ॲश' असे म्हणतात. त्या अभिनेता अमिताभ बच्चनची सून तसेच अभिषक बच्चनची पत्नी आहेत.

ऐश्वर्याच्या वडिलांचे नाव कृष्यरॉय तसेच आईचे नाव वृंदा रॉय होतं. ऐश्वर्य व त्यांचे बधू आदित्य मध्यमवर्गीय संस्कारात वाढल्यात. ऐश्वर्यानि मुंबईत सांताक्रुजमध्ये आर्य विद्यामंदीर तसेच जयहिंद ज्यूनिअर कॉलेजामधून आपलं शिक्षण पूर्ण केलं. मुंबईच्या रचना स्कूलमधून त्यांनी वास्तूकलेत पदवीची उपाधी घेतली. या दरम्यान त्यांना फॅशन शो व जाहिरात क्षेत्रात मॉडलिंगसाठी विचारणा होऊ लागल्या.

वयाच्या सतराव्या वर्षी फोर्ड सुपर मॉडल स्पर्धा जिंकल्यानंतर त्या प्रगती करीतच गेल्या. त्यांनी १९९४ मध्ये मिस वर्ल्डचा पुरस्कार मिळाला आणि त्यांच्या प्रसिद्धीमध्ये वाढ झाली.

मणिरत्नच्या 'इरूवर' चित्रपटामधून त्यांनी आपल्या करिअरची सुरूवात केली. 'हम दिल दे चुके सनम' हा चित्रपट लोकांना खूप आवडला. २००४ मध्ये त्यांनी 'ब्राइड अँड प्रेज्यूडाइस' या इंग्रजी चित्रपटात प्रथमच भूमिका केली. तसेच रितुपर्ण घोषाच्या 'रेनकोट' मधूनही चांगली प्रसिद्धी मिळवली. त्या पहिल्या भारतीय अभिनेत्री आहेत ज्यांना अंतरराष्ट्रीय चित्रपट महोत्सवात २००३ मध्ये ज्यूरी होण्याची संधी मिळाली. त्यांना टाइम दैनिकाने पहिल्या पानावर जागा पण दिली आहे.

ऐश्वर्याचे खाजगी जीवन अभिनेता सलमानमुळे वादग्रस्त राहिले. शेवटी त्यांनी ठरविले की त्या सलमानसोबत कधीही काम करणार नाहीत.

१४ जानेवारी २००७ ला अभिषेक बच्चनसोबत विवाह करण्याची त्यांनी घोषणा केली. २० एप्रिल २००७ ला ऐश्वर्या तसेच अभिषेक विवाहबद्ध झाले. ऐश्वर्या, प्रसिद्ध घराण्याच्या सून झाल्या. त्या आपली ही प्रतिष्ठा कायम ठेवत सार्वजनीक जीवनात व्यस्त आहेत.

ओपरा विनफ्रे

अमेरिकेतील प्रभावशाली महिलापैकी एक असणाऱ्या ओपरा विनफ्रे त्यांच्याकडील संपत्ती व यश याच्या जोरावर लोकांच्या जीवनाला सकारात्मक पद्धतीने प्रभावीत करण्याच्या कामात मग्न आहेत. त्यांचा जन्म २९ जानेवारी १९५४ ला मिसीसिपी अमेरिकेत झाला. आई-वडील विभक्त झाल्यानंतर त्यांना ६ वर्षापर्यंत आजी-आजोबाकडील वाईट परिस्थितीत राहावे लागले. त्यांच्या जवळच्या नातेवाईक पुरूषांनीच त्यांचे अनेकदा लैंगिक शोषण केले.

चौदा वर्षाची ओपरा आपल्या वडिलांकडे राहायला आली. पण इकडे वडिलाच्या लाडासोबत कडक शिस्त देखील होती. विद्रोही स्वभावाची ओपरा मादक द्रव्याच्या आहारी गेली आणि वेळेच्या आधीच जन्मलेल्या बाळाला त्या वाचवू शकल्या नाहीत. नंतर हळू-हळू विद्यापीठातली शिष्यवृत्ती मिळू लागल्यावर जीवनात स्थिरता आली. त्यांनी भाषण कला तसेच परफार्मिंग आर्टमध्ये बी.ए.केले. वडिलांचे उच्च स्वर त्यांना नेहमी काहीतरी करून दाखविण्यासाठी प्रेरणा देत. ओपराने संपत्ती आणि मीडिया या दोघांमध्ये रस घ्यायला सुरूवात केली. नॅशविलेंच्या टी.व्ही. स्टुडीओमध्ये न्यूज अँकर व रिपोर्टर म्हणून त्यांच्या करिअरची सुरूवात झाली. त्या पहिल्या आफ्रिकी-अमेरिकी महिला

होत्या ज्या १९ इतक्या कमी वयात स्टुओमध्ये काम करीत होत्या. ज्यावेळी त्यांना 'पीपल अँड टॉकिंग' हा शो देण्यात आला. त्यांना त्यांच्या कामात जास्त आनंद मिळू लागला. कारण इथं त्या आपल्या आवडत्या विषयावर मनसोक्त चर्चा घडवून आणू शकत होत्या.

१९८४ ला त्या शिकागोत आल्या. तिथे मॉर्निग टॉक शो 'एम शिकागो' ने त्यांच्या जीवनाला नवी दिशा दिली. लवकरच त्या शोचे नाव 'द ओपरा विनफ्रे' असे ठेवण्यात आले.

या यशस्वी टी.व्ही. शो ने इतिहास कायम ठेवला. हा कार्यक्रम १०० पेक्षा जास्त देशामधून प्रसारीत होत होता. विनफ्रे प्रडक्शन कंपनी 'हारपो प्रडक्शन' या बॅनरखाली हा कार्यक्रम तयार होत होता. विनफ्रे त्यात पाव्हणी असायची.

या शो च्या यशासोबतच १९५६ मध्ये 'ओपरा बुक क्लब' ची सुरूवात झाली आणि तो पण चांगलाच चालला. याशिवाय त्यांनी इतरही अनेक व्यावसायीक क्षेत्रात यश संपादन केलं. त्या एक दिंग्दर्शीका असण्याबरोबरच यशस्वी अभिनेत्री प्रकाशीका तसेच परोपकारी महिला आहेत. त्यांना अनेक पुरस्कार व सन्मानाने सन्मानीत करण्यात आले.

त्या अतेरिकेतील श्रीमंत व्यावसायीक महिलेपैकी एक आहेत तसेच समाजाला एक नवी दिशा देण्यात मग्न आहेत. त्यांनी आपलं उदाहरण समाजासमोर ठेवून दाखवून दिले आहे की समस्या असतानाही व्यक्ती आर्थिक, आध्यात्मिक व सामाजीक यश संपादन करू शकतो.

कल्पना चावला

स्वर्गीय कल्पना चावलाचा जन्म भारतातील हरियाना राज्यातील करनाल जिल्ह्यात झाला. अंतरीक्षमध्ये जाणारी प्रथम भारतीय अमेरिकन कल्पना चावलाचा पृथ्वीवर येताना दुर्घटनाग्रस्त होऊन मृत्यू झाला. त्या नासामध्ये कार्यरत होत्या.

कल्पनाने १९७६ मध्ये करनालच्या टागोर स्कूलमधून पदवीधर झाल्या. पंजाब इंजिनिअरींग कॉलेजातून एरोनॉटिकल इंजिनिअरींगमध्ये पदवीची डिग्री प्राप्त केली. १९८८ मध्ये त्यांनी कॉलरेडो विद्यापीठातून डॉक्टरेटची उपाधी प्राप्त केली.

१९९४ मध्ये नासाने कल्पनाला अंतरिक्षमध्ये पाठविण्यासाठी नियुक्त केलं. ज्यासाठी त्यांना कठीण प्रसंगातून जावे लागले. १९ नोव्हेंबर १९९७ ते ५ डिसेंबर १९९७ पर्यंत त्यांनी कोलंबिया स्पेस शटलमधून अंतरीक्षात उड्डान केले.

१ ६ जानेवारी, २ ० ० ३ ला त्यांनी आपली दुसरी आणि शेवटची अंतरीक्ष उड्डान केली. १ ६ दिवशीय अंतरिक्ष मिशनमध्ये सहभागी असणारांनी जवळ-जवळ ८ ० परीक्षण व प्रयोग केले तसेच यशस्वी राहिले. १ फेब्रुवारी २ ० ० ३ मध्ये कोलंबिया स्पेस शटल पृथ्वीवर उतरत असताना काही मिनीटापूर्वी यान दूर्घनाग्रस्त झाले आणि कल्पना चावला सहित इतर ६ अंतरीक्ष प्रवासी देखील अपघातग्रस्त झाले.

कल्पना चावलाच्या आगमनाप्रित्यर्थ ठिकठिकाणी कार्यक्रम होणार होते पण त्याऐवेजी श्रद्धांजलीचे कार्यक्रम करावे लागले. भारतामध्येही शोक लहर झाली. अंतरीक्ष विमानाच्या डाव्या पंख्याला असलेल्या तापरोधक प्रणालीची टाइल्स पडल्यामुळे असे झाले. या दुर्घटनेने कल्पनाचे पती जीन-पिअर हॅरीसन तसेच त्यांचे आई-वडील देखील शोकमग्न झाले.

कल्पनामध्ये अमर्याद व प्रथिभासंपन्न बाबी होत्या. त्यांचं अवेळी आपल्यातून जाणं ही एक अशी उणीव आहे, जी कधीही पूर्ण होऊ शकत नाही.

कार्लटन फिओरीना

कार्लटन फिओरीनाचा जन्म ६ डिसेंबर १ ९ ५ ४ मध्ये झाला. त्या जुलै १ ९ ९ ९ ते ८ फेब्रुवारी २ ० ० ५ पर्यंत मुख्य कार्यकारी अधिकारी राहिल्या.

तिथे काम करण्यापूर्वी त्या जवळ-जवळ वीस वर्षापर्यंत एटी अँड टी ल्यूसेंट टेक्नॉलजीमध्ये कार्यकारी उपाध्यक्ष या पदावर राहिल्या. याशिवाय देखील त्यानी कंपनीचे अनेक जबाबदार पदे सांभाळली.

फिओरीना सप्टेंबर २ ० ० ० ते ८ फेब्रुवारी २ ० ० ५ पर्यंत कंपनीच्या चेअरमन देखील राहिल्या. मॅसॅच्युसेटस इंस्टिट्यूट ऑफ टेक्नॉलजीत संचालकाच्या पदावरही काम केले. त्या २ ७ ऑक्टोबर २ ० ० ५ पासून साइबर ट्रस्टच्या संचालक पदी आहेत. त्या तैवान रोमीकंडक्टर मॅन्युफॅक्चरींग कंपनी लिमिटेड व एन वाइ एस ई यूरोनेक्स्टच्या देखील संचालक राहिलेल्या आहेत.

त्यांनी 'रिव्होल्यूशन हेल्थ ग्रुप चे संचालक पद देखील सांभाळले. जुलै २ ० ० १ मध्ये त्यांना लंडन बिझनेस स्कुलची ऑनररी फेलो प्रदान करण्यात आली.

२ ० ० २ मध्ये त्यांनी 'अपील ऑफ कंसाइन्स' पुरस्कार तसेच २ ० ० ३ मध्ये 'सीडस ऑफ होप' पुरस्कार दिल्या गेला. जागतिक नागरीकत्वाला व्यावसायीक प्राधान्य दिल्याबद्दल त्यांना हा सन्मान दिला गेला.

सरकारी व्यावसाय सुधारणेत योगदानासाठी प्राइव्हेट सेक्टर काउंसिलने फिओरीनाला २००४ मध्ये लीडरशीप पुरस्कार प्रदान करण्यात आला.

२००४ मध्येच व्हाइट हाऊसचे त्यांना यू.एस. स्पेन कमीशनमध्ये नियुक्त केले. त्यांनी स्टेपफोर्ड विद्यापीठातून मध्ययुगीन इतिहास व तत्त्वज्ञानात पदवीची डिग्री प्राप्त केली. त्यांनी मेरीलँड विद्यापीठाच्या रॉबर्ट एच स्मिथ स्कूल ऑफ बिझनेसमधून एम.बी.ए. केले. तसेच आई.टी.च्या स्लोन विद्यापीठातून एम.एस.सी. ची डिग्री घेतली.

किम कॅम्पबेल

किम कॅम्पबेल यांचा जन्म मार्च १९४७ मध्ये ब्रिटिश कोलंबियाच्या पोर्ट अलबर्नी येथे झाला. नंतर त्या आपल्या कुटुंबासह वँकूवर येथे आल्या. वयाच्या १२ वर्षाच त्यांची आई वारली. प्रिन्स वेल्स सेकंड्री स्कूलमध्ये त्या मॉनिटर म्हणून निवडलेल्या पहिल्या कन्या होत्या. येथूनच त्यांना राजकारणाबद्दल रस उत्पन्न झाला. १९६४ मध्ये त्या युनिव्हर्सीटी ऑफ ब्रिटिश कोलंबियामधून राज्यशास्त्राचे धडे घेऊ लागल्या तसेच प्रथम महिला फ्रेशमन प्रेंसिडेंट बनल्या. पदवीधर झाल्यानंतर त्यांना पी.एच.डी. साठी शिष्यवृत्ती मिळाली. १९७२ मध्ये विवाह करून त्या वँकूवरला आल्या तसेच कॉलेजमध्ये राज्यशास्त्र शिकवू लागल्या.

त्या राजकारणात सक्रिय झाल्या. १९८० ते १९८४ पर्यंत त्यांनी वँकूवर स्कूलबोर्डमध्ये काम केले. १९८५-८६ मध्ये त्या प्रीमियर ऑफ ब्रिटिश कोलंबिया ऑफिसच्या संचालिका बनल्या. १९८८ मध्ये त्या सोशल क्रेडिट पार्टीकडून प्रोग्रिसिव्ह कॉझंरव्हेटिव्ह पार्टीत आल्या. त्यांना वेंकवरमधून एम.पी. निवडल्या गेल्या. १९८९-९० मध्ये त्या राज्यमंत्री बनल्या. १९९० मध्ये त्या मलरोनी मंत्रिमंडळात न्याय व अटर्नी जनरल मंत्री नियुक्त करण्यात आले. मांट्रियल पॉलिटेक्नीक इंस्टिट्यूटमध्ये १४ तरूण इंजिनिअर महिलांच्या ऱ्हदयाचा ठाव घेणाऱ्या हत्याकांडानंतर त्यांनी तीव्रपणे बंदुकीवर नियंत्रण लावण्याची मागणी केली. असे असले तरी प्रचंड विरोधाचा सामना करावा लागला, परंतु त्या यशस्वी झाल्या नाहीत.

१९९२ ला कॅम्पबेल ह्या महिलांसाठी क्रिमिनल कोडमध्ये संशोधन केले. लैंगिक शोषण व स्त्रींयाच्या संदर्भात कायदे करण्यापूर्वी त्यांनी अनेक स्त्रीयांचे ग्रुप व लॉ असोशिएशन बरोबर चर्चा केली.

कॅम्पबेल नॅशनलची जबाबदारी घेतल्यानंतर त्यांना पंतप्रधानपद मिळाले. नॅशनल डिफेन्स मंत्री म्हणून त्यांचा कार्यकाळ चांगलाच वादग्रस्त राहिला. हॅलिकॅप्टर विकत घेण्याची सरकारी योजना व सोमालियात कार्यरत कॅनेडियन अधिकाऱ्यांच्या व्यवहाराची विचारपूस आदी प्रकरणे होते.

१३ जून १९९३ ला त्या प्रोग्रेसिव्ह काँझरव्हेटिव्ह पक्षाच्या नेता म्हणून निवडल्या गेल्या आणि कॅनडाच्या पहिल्या पंतप्रधान बनल्या. त्यांनी सरकारी विभागांची पुन्हा एकदा नव्याने रचना केली. पंतप्रधान पदावरून गेल्यावर त्या राजकारणापासून दूर गेल्या. त्यांना हार्वर्ड इंस्टिट्यूट ऑफ पॉलिटिक्सने त्यांना शिष्यवृत्ती दिली आणि त्यांना कनडामध्ये कन्सलटंट जनरल म्हणून नियुक्त केले.

किम इम सूं

सामाजिक अव्यवस्था व युद्ध पीडितांची सेवा करण्यासाठी पुढे येणाऱ्या किम इम सूं स्वतःच एक उदाहरण आहेत. कोरीयाच्या युद्धात त्यांचे पती गायब झाल्यावर त्या आपली लहान मुलगी घेऊन, दक्षिण कोरीयाच्या कोज द्विपवर आल्या. त्या तिथे ट्यूशन घेऊन आपली उपजीवीका भागवू लागल्या. एका दिवशी एक विकास कल्याण अधिकारी सात सोडून दिलेल्या बाळांना त्यांच्याकडे सोपवून गेला.

किम इम सूं ने जबाबदारीला एक आव्हान म्हणून स्वीकारले आणि अई क्वांग (द गार्डन ऑफ लव्ह अँड लाई) ची स्थापना केली.

त्यांनी गवतापासून बांधलेल्या झोपडीमधून आपल्या संस्थेचा कारभार सुरू केला. दरवर्षी थोडेथोडे बांधकाम केले. चर्च व जुन्या मित्रांकडून मदत मिळू लागली. नंतर त्यांनी एक अशी संस्था स्थापन केली जिथे, मुली व अनाथांना स्वयंरोजगाराचे प्रशिक्षण मिळू शकेल, मुलांसाठी एक तांत्रिक प्रयोगशाळा, डे नर्सरी व कोरीयांचे पहिले यूथ होस्टेल देखील उघडले. त्यांच्याकडे १९७८ पर्यंत ७५० मुलांना आश्रय मिळाला. नंतर त्यांनी आपल्या संस्थेला विकलांग व मानसिक स्वरूपाच्या अपंग विद्यार्थ्यांच्या संस्थेत रुपांतरीत केले. या विशेष स्कूलमध्ये त्यांच्या गरजेच्या सगळ्या गोष्टी होत्या.

१९८६ मध्ये त्यांनी 'डेंडिलियन हाऊस' मध्ये गंभीर स्वरूपात विकलांगासाठी स्कूल सुरू केले. तिथे सगळी मुले हसत-खेळत जीवन जगत. त्यांची तिथे पूर्णपणे काळजी घेतली जात असे.

किम इम सूं ने सामूदायीक सेवेला देखील आपल्या जीवनाचे उद्दिष्ट बनवलं. त्या गावकऱ्यांना कुटुंब नियोजनाची माहिती देत. मुलांसाठी वाचनालयाची सोय करीत तसेच शेतकऱ्यांना कर्ज देण्यासाठी मदत करत. शेजारी त्यांना प्रेमाने 'क्वीन ऑफ कोजे आइलँड' म्हणतात. दुसऱ्यांनी देखील अशीच कामे करावीत असं त्या सांगतात.

यावेळी त्यांच्या संस्थेत ८० व्यावसायीक तसेच सहायक आहेत. त्यांना सरकारी अनुदान देखील मिळतं. साधी राहाणी उंच्च विचारावर किमचा विश्वास आहे. दोन ड्रेस वगळता त्यांच्याकडे कसलीही संपत्ती नाही. वयाच्या ६४ व्या वर्षी त्या कामात सक्रिय आहेत.

किरण बेदी

भारतीय पोलिस सेवेत सहभागी होणारी प्रथम भारतीय महिला, किरण बेदीचा जन्म ९ जून १९४९ ला अमृतसर येथे झाला. त्या महान पोलिस अधिकाऱ्यांपैकी आहेत. ज्या खऱ्या अर्थाने आपल्या पदाचा अर्थ व कर्तव्य ओळखतात.

त्यांनी अमृतसरच्या सिक्रेड हार्ड कॉन्व्हेट स्कूलमधून बाहेर पडल्यावर महिला कॉलेजातून इंग्रजी साहित्यात पदवी प्राप्त केली. पंजाब विद्यापीठातून राज्यशास्त्रात एम. ए. केले. भारतीय पोलिस सेवेत दाखल झाल्यावर देखील त्यांनी आपलं शिक्षण कायम ठेवलं.

किरण बालपणापासूनच खेळण्यात पटाइत असे. टेनिस त्यांच्या आवडीचा खेळ. त्या टेनसिच्या चांगल्या खेळाडू आहेत. त्यांनी ऑल इंडिया व ऑल-एशियन टेनिस स्पर्धात देखील जिंकली आहे. बालपणी अभ्यासातून खेळण्यासाठी वेळ काढणे कठीण होते पण त्यांनी मोठ्या एकाग्रतेने व कष्टाने प्रत्येक क्षेत्रात यशस्वी काम केले.

वर्ष १९७० मध्ये त्यांनी अमृतसरच्या खाल्सा कॉलेजात प्राध्यापकाची नोकरी केली. दोन वर्षानंतर त्या पोलिस सेवेत आल्या. त्यांना आपल्या सेवाकाळात अनेक अव्हानांना सामोरे जावे लागले परंतु त्यांनी हार मानली नाही. त्या नवी दिल्लीच्या ट्रॅफिक पोलिस कमिशनर तसेच मिजोरमच्या डिप्टी इंस्पेक्टर ऑफ पोलिस देखील राहिल्या.

दिल्लीमध्ये त्यांनी नो-पार्किंग झोनमध्ये उभ्या असलेल्या कारला क्रेनने उचलण्याचा कार्यक्रम सुरू केला. त्यामुळे त्यांना 'क्रेन बेदी' असे देखील म्हणण्यात येऊ लागले. ट्राफिक व्यवस्थेत त्यांनी आपलं पूर्ण कसब दाखवलं. नारकोटिकला निमंत्रित केले तसेच व्ही.आय.पी.

सुरक्षेची जबाबादारी देखील सांभाळली. तिहार जेलमधील कैद्याची दशा सुधारण्यासाठी प्रयत्न केले. त्यांच्यासाठी योग व ध्यान शिबीरे चालवून त्यांना सकारात्मक विचार करायला शिकवलं.

पोलिस सेवेतून सेवानिवृत्त होण्यापूर्वी त्यांना 'इंडियन ब्युरो ऑफ पोलिस रिसर्च अँड डेव्हलपमेंट' चे डाइरेक्टर जनरल करण्यात आले. यापूर्वी त्यांनी अमेरिकेच्या पीसकीपिंग मिशनमध्ये देखील काम केले होते. आपल्या अभूतपूर्व कार्यासाठी त्यांना यू.एस.मेडल देखील प्रदान करण्यात आले. वर्ष २००५ मध्ये त्यांना डॉक्टर ऑफ लॉ ही उपाधी देण्यात आली.

त्यांच्या 'नवज्योती' व 'इंडिया व्हिजन फाउडेशन' नावाच्या दोन सेवाभावी संस्था आहेत. ह्या दोन्ही संस्था गरीब वर्ग तसेच मादक द्रव्याला बळी पडलेल्या लोकांच्या जीनात सुधारणा करण्यासाठी स्थापन करण्यात आल्या आहेत. किरण बेदीला त्यांच्या सेवेसाठी अनेक पुरस्कार व सन्मान देण्यात आले, ज्यामध्ये....

- प्रेजिडेंटस् गॅलट्री पुरस्कार (१९७९)
- वूमन ऑफ द इयर (१९८०)
- मादक द्रव्याच्या सेवन थांबविणे व नियंत्रणासाठी एशिया रीजन पुरस्कार
- मॅगसॅसे पुरस्कार (१९८१)
- महिला शिरोमणी पुरस्कार (१९९५)
- फादर मॅकिज्मो ह्यूमॅनिटेरियन पुरस्कार (१९९५)
- लॉयन ऑफ द इयर (१९९५)
- जोसफ वेअस पुरस्कार (१९९५)
- प्राइड ऑफ इंडिया (१९९९) आदी
- सामाजीक न्यायासाठी 'मदर टेरेसा मेमोरियल राष्ट्रीय पुरस्कार (२००५)

किरण मजूमदार एन. शॉ.

डॉ किरण मजुमदार शॉ भारतीय महिला व्यावसायीक आहेत. त्या बायोकॉन लिमिटेडच्या अध्यक्ष व व्यवस्थापकीय संचालक आहेत. त्यांचा जन्म २३ मार्च १९५३ मध्ये झाला. त्यांनी बंगलोरातून शालेय शिक्षण पूर्ण केल्यानंतर जीवशास्त्रात पदवी घेतली. मेलबोर्नच्या बेलार्ट विद्यापीठातून शिक्षण घेत्यानंतर त्या भारताची पहिली महिला ब्रु मास्टर बनल्या तसेच १९७४ मध्ये कार्लटन व यूनायटेड ब्रेव्हरेजमध्ये ट्रेनी ब्रूअरच्या पदावर नियुक्त झाल्या. त्यानंतर त्यांनी कोलकत्त्यात बडोदरमध्येही अनेक पदावर काम केले.

त्यांनी आयरलँडच्या बायोकॉन बायोकेमिकल लिमिटेडच्या सहयोगाने भारतात बायोकॉन इंडियाची स्थापना केली. आज त्यांचा फर्म भारतातील सर्वात मोठी बायोफार्मास्युटिकल फर्म आहे. त्यांनी अनेक समस्या आल्यानंतरही हार मानली नाही.

आपल्या व्यवसायात व्यस्त असतानाही त्यांनी एक पुस्तक लिहिले. १९९८ मध्ये त्यांचा विवाह मथुरा काटसचे व्यवस्थापकीय संचालक जॉन शॉ यांच्यासोबत झाले. त्या एक समाजसेविका म्हणून 'बंगलोर अजेंडा टास्क फोर्स' सारख्या अनेक मोहिमा राबवत आहेत. त्यानी एम.बी मेमोरीयल पुरस्कार, व्हार्टन इंफोसिस बिझनेस ट्रान्सफार्मेशन पुरस्कार, पद्मभूषण, लाइफटाइम अचिव्हमेंट पुरस्कार, पद्मश्री, द अर्नेट अँड यंग इंटरप्रिनयर ऑफ द इअर आदी अनेक पुरस्काराने सन्मानीत करण्यात आले आहे.

डॉ. किरण पंतप्रधान परिषद, बोर्ड ऑफ सायन्स फाउडेशन बोर्ड ऑफ गर्व्हनर, आई आई एम बंगलोर आदी अनेक संस्थेसाठी काम करीत आहेत. त्यांनी भारतीय स्त्रीयांच्या समोर एक आदर्श उदाहरण ठेवले आहे.

क्रिस एव्हर्ट

क्रिस्टाइन मेरी एव्हर्टचा जन्म २१ डिसेंबर १९५४ ला झाला. त्या अमेरिकेच्या माजी व्यावसायीक टेनिस खेळाडू आहेत. ज्यांना कधी नंबर वनचा दर्जा दिल्या जात होता. त्यांनी १८ ग्रॅड स्लॅम एकेरी सामने जिंकले. ज्यांत फ्रेंच ओपनमध्ये ७ चे रेकॉर्ड देखील आहे. त्या सात वर्षापर्यंत जगातील महिला टेनिस खेळाडू राहिल्या.

टेनिसच्या इतिहासात एव्हर्टचा १३०९-१४६ एकेरी मॅचमध्ये सर्वश्रेष्ठ खेळ उत्तम ठरला. त्या ग्रँड स्लॅम एकेरी टूर्नामिंटच्या पहिल्या राउंडमध्ये कधीही पराभूत झाल्या नाहीत.

१९७४ ते १९८६ पर्यंत त्यांना उत्तम महिला टेनिस खेळाडू समजले जात होते. ज्या आपल्या दमदार खेळासाठी प्रसिद्ध होत्या. त्यांनी १५ वर्षाच्या वयात जोरदार सुरूवात केली. ज्यांना मैदानात 'आइस प्रिसेंस' किंवा 'आइम मेडन' या नावाने संबोधल्या जात होते.

मार्टिना नवरातिलोव्हा आणि क्रिसने जवळ-जवळ ५० वेळा एकमेकीसोबत सामने खेळले. या दोघीने महिला टेनिसला एका उंचीवर नेले.

१९८९ मध्ये खेळातून निवृत्त झाल्यावर त्या कधी-कधी एन.बी.सी.टी.व्ही साठी कॉमेंट्री देत असत. त्यांनी फ्रेंच ओपन सात वेळा, यू.एस.सहा वेळा जिंकली.

१९७९ मध्ये त्यांचा विवाह जॉन लॉयडसोबत झाला. परंतु १९८७ मध्ये त्यांचा घटस्फोट झला. १९९८ मध्ये त्यांनी ओलम्पीक स्कीयर एंडी मिलसोबत विवाह केला. २००८ मध्ये त्यांना घटस्फोट देण्यात आला.

२००८ मध्ये त्यांनी गोल्फर ग्रॅंग नॉरमनसोबत विवाह केला.

कॅथी फ्रीमेन

१९७३ मध्ये ऑस्ट्रेलियाच्या मेकाय नावाच्या स्थळी जन्म घेणारी कॅथी फ्रीमेनला वयाच्या पाच वर्षापासूनच धावण्याची आवड होती. पुढे चालून हेच स्वप्न साकार झालं. कॅथीला १०० मीटरची धाव पूर्ण करण्यासाठी ११.२४ सेंकड लागतात. त्यांनी एका मुलाखतीमध्ये म्हटले होते, "आपल्या खेळण्याच्या इच्छेवर खूप काही अवलंबून आहे. हे महत्वाचे आहे की तुम्ही स्वतःला कोणत्या स्वरूपात पहाता किंवा स्वतःबद्दल कसला विचार करता"

फ्रीमेन बालपणापासूनच मेडल मिळण्याचे स्वप्न पहात होती. शालेय जीवनातही त्यांना तोड नव्हती. बालपणी त्यांना जीवनाच्या अनेक वास्तवाला सामोरे जावे लागले. त्यांचे बंधू पण याच क्षेत्रात होते. नॉरमॅन आपल्या बहिणी प्रमाणेच वेगवान धावपटू होती.

वयाच्या आकराव्या वर्षीच फ्रीमेनला 'वंडर गर्ल' म्हटल्या जावू लागले. एकदा त्यांची भेट माइक डनीलासोबत झाली. कोच म्हणाले की त्यांनी अशी प्रतिभा कधी नव्हती पाहिली. कोचचे प्रोत्साहन मिळाल्यावर प्रतिभेत भरच पडली. १९८८ मध्ये कॅथीला ट्रवूम्बाच्या फ्रीहोम कॉलेजसाठी शिष्यवृत्ती मिळू लागली. त्यानंतर त्यांना व नॉरमॅनला अमेरिकेच्या एक्सचेंज टूरसाठी निवडण्यात आले. कॅथीलने १९९० च्या कॉमनवेल्थ एशियाई खेळात ऑस्ट्रेलियाच्या इंग्लडकडून गोल्ड मेडल जिंकले.

हितचिंतकाच्या सल्ल्यावरून चांगल्या प्रशिक्षणासाठी त्या मेलबोर्न येथे आल्या. तिथे त्यांची भेट कोच पीटर फॉच्यूनसोबत झाली. नंतर तेच त्यांचे कायमचे कोच राहिले. बसिलोना ओलम्पीकचे आव्हान जवळ आले. तिथे त्यांना चांगले खेळता आले नाही.

१९९४ च्या व्हिक्टोरीयाच्या कॉमनवेल्थ खेळात त्यांनी २०० व ४०० मीटर धावण्यात स्वर्ण पदक जिंकले. १९९६ च्या अटलांटा ओलम्पीकमध्ये त्या केवळ एक रजत पदकच मिळवू शकल्या. २००० च्या सिडनी ओलम्पीक त्यांच्या जीवनात महत्वाचे ठरले. कॅथीला मशाल प्रज्वलीत करण्याची संधी मिळाली. ऑस्ट्रेलियाला त्यांच्याकडून फार अशा होत्या. त्यांनी महिला धावपटूंची ४०० मीटरची स्पर्धा जिंकली. फिनिशिंग लाइन ओलाडल्यानंतर त्यांच्या चेहऱ्यावर हर्ष, आश्चर्य व अविश्वास असे मिश्रीत भाव होते. गर्वित राष्ट्र त्यांच्या सन्मानाप्रित्यार्थ टाळयांच्या कडकडाटाने व्हाऊन निघालं.

कॅथीने १५ जुलै २००० ला क्रिडाक्षेत्रातून निवृत्ती घेतली.

कॅमरॉन डियाज

कॅमरॉन डियाज यांचा जन्म ३० ऑगस्ट १९७२ ला अमेरिकेत कॅलिफोर्नियाच्या सॅनडियागोमध्ये झाला. त्या एक अमेरिकन अभिनेत्री तसेच माजी फॅशन मॉडल आहेत.

कॅमरॉन देखील इतर अमेरिकन मुलीप्रमाणे वाढल्या. होय, त्यांचं सौंदर्य लाघवी होतं. त्यांचे वडील 'एमिलिओ' कॅलिफोर्निया ऑयल कंपनीत फॉरमॅन होते. त्यांची आई बिली इंपोर्ट-एक्सपोर्ट ब्रोकर होत्या.

कॅमरॉनला देखील इतर मुलीप्रमाणे संगीत व अभिनयाचं वेड होतं. त्या किशोरवस्थेला येईपर्यंत येता-येता हॉलीवूड पार्टीचे आकर्षण ठरू लागल्या व रात्री उशीरापर्यंत बाहेर थांबू लागल्या.

पुढील तीन वर्षापर्यंत त्यांनी कमी खर्चात तयार होणाऱ्या चित्रपटात काम करू लागल्या. उदा-'द लास्ट सुपर' 'फिलिंग मिनेसोटा' व 'शीज द वन' 'माइ बेस्ट फ्रेंडस वेडिंग' व 'देअर्स समथिंग अबाउट मेरी' या चित्रपटाने त्यांना चांगले यश मिळाले. 'बीइंग जॉन कोलकोविच' साठी त्यांना सर्वश्रेष्ठ सहायक अभिनेत्री म्हणून गोल्डन ग्लोब मिळवून दिला. 'एंजेल' व त्यांच्या दुसऱ्या भागात त्या चांगल्या हिट राहिल्या. त्यांनी 'श्रेक' या मुख्य भूमिकेला आपला आवाज दिला. त्यांनी आपल्या भूमिकेसाठी मोठी रक्कम मागितली, जी निर्मात्याला द्यावी लागली.

कोंडालीसा राइस

कोडालीसा राइस याचा जन्म १४ नोव्हेंबर १९५४ ला बार्मिंघम (अलबानी) मध्ये झाला. १९७४ मध्ये डेनवर विद्यापीठातून त्यांनी राज्यशास्त्रात पदवी मिळाली. नास्ट्रोडम विद्यापीठातून पदवीत्तोर तसेच डेनवर विद्यापीठातून पी.एच.डी केली. त्या अमेरिकन अकॅदमी ऑफ आर्ट अँड सायन्सची फेलो आहेत. त्यांना मोरहाऊस कॉलेज १९९१, अलबामा विद्यापीठा १९९४, नास्त्रोडम विद्यापीठ १९९५, नॅशनल डिफेन्स विद्यापीठ २००२, व मिसीसिपी कॉलेज स्कूल ऑफ लॉ कडून मानद उपाधी प्रदान केली.

२२ जानेवारी २००१ ला त्या नॅशनल सेक्युरिटी ॲडव्हाइझरच्या सहाय्यक बनल्या. २६ जानेवारी २००५ ला त्या राज्य सचिव बनल्या. राज्यशास्त्राच्या प्रोफसर असल्यामुळे शिकविण्याबद्दन दोन पुरस्कार, 'द वाल्टर जे गोर्स' पुरस्कार तसेच 'एक्सीलन्स ऑन टीचिंग' तसेच प्रतिष्ठित शिक्षणासाठी 'स्कूल ऑफ ह्यूमोनिटाज अँड सायन्स डीन' पुरस्कार मिळाला. त्यांनी सहलेखनात जर्मनी युनिफाइड अँड यूरोप ट्रान्सफार्म्ड द गोर्बाचेव्ह इरा' द अलेक्झांडर डेलिन, अनसर्टेन एलिगेन्स, द सोव्हिएट यूनियन अँड चेकस्लोव्हाक आर्मी आदी पुस्तके देखील लिहिली.

त्यांनी सोव्हियट न माजी यूरोपीय परराष्ट्र व संरक्षण धोरणावर अनेक लेख देखील लिहिले तसेच मॉस्कोच्या यू.एस. अम्बॅसडॉर रॅसिन्स ते कॉमनवेल्थ क्लब व हरपब्लिक नॅशनल कन्व्हेशन्समध्ये भाषण देखील दिले. ते बुश प्रशासनात संचालक पदावर तसेच नॅशनल सिक्युरीटी अफेअरमध्ये राष्ट्रपतीची विशेष सहाय्यक म्हणून काम केले. त्या त्यांच्या संस्थेत बोर्ड ऑफ डायरेक्टरच्या पदावर राहिल्या तसेच अनेक संस्थांचे सदस्य म्हणूनही काम केले.

अलिकडेच प्रसिद्ध परमाणू करारावर हस्ताक्षर करण्यासाठी भारतात आल्या. परंतु त्यांना यश आले नाही. नंतर त्यांनी हे काम वाशिंग्टनमध्ये केले. भारताचे तत्कालीन परराष्ट्रमंत्री प्रणव मुखर्जी, खास करून याच कामासाठी तिकडे गेले होते.

कोनेरू हम्पी

ग्रँड चेशमास्टर कोनेरू हम्पी यांचा जन्म ३१ मार्च १९८७ ला आंध्रप्रदेशाच्या गुडीवाडामध्ये झाला. ह्या १९ वर्षीय खेळाडू, अंडर १०, १२ व १४ मध्ये चार अंतरराष्ट्रीय सामने जिंकून बसल्यात. त्या पंधरा वर्षाच्या असताना त्यांना ग्रँडमास्टरचा पुरस्कार मिळाला व त्यांनी ज्यूडिट पोल्गरचा रेकॉर्ड तोडला.

फाइड रेटिंगच्या नव्या रेकॉर्डनुसार कोनेरू संपूर्ण जगात पाचव्या स्थानी आहेत. जूलै २००६ मध्ये कोनेरू, महिलांच्या रॅकिंगमध्ये दुसऱ्या स्थानी आहेत.

पहिली महिला ग्रँडमास्टर कोनरूने २००१ मध्ये वर्ल्ड ज्यूनिअर चँपियनशीप जिंकली. पण दुसरीकडे २००६ मध्ये दुसऱ्या फेरीत वूमन वर्ल्ड चेस चँपियनशीपला पराभूत झाल्या.

कोनेरूचे वडील अशोकने त्यांना 'हम्पी' असे नाव दिले म्हणूनच त्या आपल्या नावापुढे हे नाव लिहितात.

बुद्धीबळाच्या श्रेष्ठ खेळाडू कोमेरूने आपल्या तीव्र इच्छाशक्ती व एकाग्रतेच्या जोरावर नाव कमावले. भारतीय अंडर-८ चँपियनशीपमध्ये चौथ्या स्थानी येत त्यांनी आपल्या करिअरची सुरूवात केली. नंतर त्यांनी मागे वळून नाही पाहिले. १९९८ मध्ये त्यांनी वर्ल्ड अंडर-१० स्पर्धेत भाग घेतला व गोल्ड मेडल जिंकला. अनेक सामने खेळून त्यांनी यश संपादीत केले.
खाली त्यांची कामगिरी दिली आहे.

- वर्ल्ड अंडर-१४ चँपियनशीप, २००१ केस्टलेन, स्पेन
- आशियाची सर्वोतम लहान इंटरनॅशनल वूमन मास्टर, १९९९
- भारतीची सर्वात कमी वयाची महिला ग्रँडमास्टर, २००१
- वर्ल्ड ज्यूनिअर चँपियनशीप, २००१ अथेन्स
- २००२ मध्ये त्या पुरूषांचा ग्रँडमास्टर पुरस्कार प्राप्त करणारी पहिली भारतीय महिला बुद्धीबळ खेळाडू बनल्या.
- १५ वर्षीय कोनेरू जगातील दुसऱ्या सर्वात कमी वयाच्या महिला ग्रँडमास्टर बनल्या ज्यांना ग्रँडमास्टरची उपाधी देण्यात आली.

क्लिओपात्रा

अनेक वर्षापासून आपण क्लिओपात्राला अंत्यत सुंदर म्हणून वर्णन करीत आलो आहोत. ज्यूलियस सिझर व मार्क अंटोनीबरोबरच्या प्रेम प्रसंगामुळे चर्चेत राहिल्या आहेत. वास्तव हे आहे की त्या इतक्या सुंदर तर काही नव्हत्या परंतु हुशार आवश्य होत्या ज्या आपल्या सौंदर्याच्या जोरावर रोमच्या ताब्यातून मिस्त्रला वाचवू इच्छित होत्या.राणि क्लिओपात्रा मिस्त्रच्या नव्हत्या. त्या मक्दुनियाच्या ग्रीक होत्या. त्या प्लोटेमीची प्रथम वंशज होत्या. जो अलेक्झांडरचा ग्रीक जनरल होता. त्या ३२३ बी.सी. मध्ये अलेक्झांडरच्या मृत्यूनंतर मिस्त्रचा राजा बनला.क्लिओपात्राला मिस्त्रची भाषा येत होती. त्यांना नऊ भाषा अवगत होत्या परंतु लॅटीन नव्हती येत.त्यांच्या वंशात सात स्त्रीयांचे नाव क्लिओपात्रा होते.

त्या खरोखरच सुंदर होत्या किंवा नव्हत्या हे सांगणे तसे कठीणच आहे परंतु तत्कालीन नाण्यावर एक अशा स्त्रीचा चेहरा दाखविण्यात आला आहे. ज्याचे नाक चपटे असून चेहरा पुरूषी आहे.

हे खरे आहे की क्लिओपात्राचे व्यक्तिमत्त्व जबरदस्त आणि आकर्षक होतं. जगाचे महान चिंतक ज्युलियस सिझरबरोबर त्याचे प्रेमसंबंध होते. आज देखील ज्यूलियस व मार्क ॲटोनीबरोबरच्या तिच्या भेटीचे किस्से सांगतिले-ऐकवले जातात. त्यांचे प्रेम मिळविण्यासाठी या दोघांना अनेक गोष्टी कराव्या लागल्या.

मित्र देशाला त्या वाचवू शकल्या नाहीत पण जगाच्या इतिहासाच्या पानावर त्यांना जागा जरूर मिळाली. अँटनीच्या आत्महत्येनंतर त्यांनी देखील आत्महत्या केली. कारण त्यांना युद्धबंदी होऊन सडकेवर बेइज्जत होण्याची इच्छा नव्हती.

मृत्यूसमयी त्याचे वय ३९ इतके कमी होते. त्यांनी आपल्या मृत्यूसाठी मिस्त्रच्या सर्पाची निवड केली. कारण तिथे अशी धारणा आहे की सर्प दंशाने मृत झालेला व्यक्ती निश्चितच अमर होतो.

गायत्री देवी

जयपुरची राजमाता महाराणी गायत्री देवींचा जन्म २३ मे, १९१९ ला कूच विहारात झाला. त्यांनी सवाई मानसिंह द्वितीयसोबत विवाह करून १९३९ ते १९७० पर्यंत जयपुरच्या तिसऱ्या महाराणी बनल्या.

त्यांचे वडील जितेंद्र नारायण भूप बहादुर, महाराज भुपेंद्र नारायण भूप बहादूर व कूच विहाराची महाराणी सुनिता देवीची दुसरी संतान होत्या. त्यांचे बंधू महाराज राजेंद्र नारायण भूप बहादूर अविवाहितचा अकाली मृत्यू झाल्यानंतर, त्या नोव्हेंबर १९१३ मध्ये कूच विहारच्या गादीवर बसल्या. जितेंद्र नारायणची आई, माता सुनिती देवी, प्रसिद्ध समाजसुधारक केशवचंद्र सेनची पुत्री होती.

गायत्री देवीचे शिक्षण शांतीनिकेतन व युरोमध्ये झाले. त्यांनी जयपूरमध्ये मुलींच्या शिक्षणासाठी महाराणी गायत्री देवी गर्ल्स पब्लिक स्कूल सुरू केले. त्यांनी 'नीली पॉटरी' च्या कलेला देखील आश्रय दिला.

भारताच्या स्वातंत्र्यानंतर राज्याचे विलिनीकरण झाले. त्या एक यशस्वी राजकीय नेत्या बनल्या. त्या त्यांच्या सौंदर्यासाठी देखील ओळखल्या जात होत्या. 'वॉग' दैनिकाने त्यांना एकदा सुंदर स्त्रीयांच्या यादीमध्ये देखील समाविष्ट केले होते.

गायत्री देवी सदस्य झाल्या. त्या इतक्या कमी मतांनी जिंकल्या की त्यांची नोंद गिनीज बुकात झाली. त्यांनी १९६७ व १९७७ पर्यंत शाही सोयीसुविधेवर बंदी आणली.

गायत्री देवीवर कायदेभंगाचा आरोप ठेवण्यात आला. त्यांना ५ महिने तिहार जेलमध्ये राहावे लागले. त्यानंतर त्यांनी सक्रिय राजकारणातून माघार घेतली. १९७६ ला त्यांची आत्मकथा असणारं 'अ प्रिन्सेस रिमेम्बर्स' हे पुस्तक प्रकाशीत झालं. त्या 'फँकॉयास लेव्ही द्वारा दिग्दर्शीत चित्रपट मेमोरीज ऑफ अ हिंदू प्रिन्सेस' च्या देखील आकर्षण राहिल्या.

ग्रेटा गार्बो

ग्रेटा लोविसा गस्टॅफसन यांचा जन्म १८ सप्टेंबर १९०५ ला स्टॉकहोम (स्वीडन) मध्ये झाला. त्या १४ वर्षाच्या असताना वडिलांचा मृत्यू झाल्याने त्यांचं कुटुंब अडचणीत आलं. त्यांना नाइलाजाने शाळा सोडून एका डिपार्टमेंटल स्टोअरमध्ये काम करावें लागले.

आपल्या स्टोअरची जाहीरात देण्यासाठी त्यांच्या मॉडलिंग प्रतिभेचा उपयोग करण्यात येई. या जाहिरातीमधून झळकल्यानंतरच त्यांना फुफरपेटर (१९२२) मध्ये छोटासा रोल मिळाला.

यामधून प्रेरणा घेऊन त्यांनी स्वीडनच्या ड्रामा स्कूलमधून शिष्यवृत्ती मिळवली. स्वीडनच्या प्रसिद्ध दिग्दर्शकानी त्यांना पाहिले आणि आपल्या 'गोस्टा बर्लिग्स सागा (१९२४) मध्ये प्रमुख भूमिका दिली.

ग्रेटाला यश संपादन करायला वेळ नाही लागला. 'टारेंट' (१९२६) त्यांची पहिली अमेरिकन फिल्म होती. या मूक चित्रपटात त्यांना इंग्रजीचा एक शब्दही बोलायचा नव्हता. 'द टेम्पट्रेस' (१९२६) 'लव्ह' (१९२७) आणि 'अ वुमन ऑफ अफेअर्स' (१९२८) च्या नंतर ग्रेटाने 'टॉकी' मध्ये अभिनय केला तसेच अकदमी पुरस्कारासाठी नामांकीत पण झाल्या.

'सूसॅज लिनॉक्स हर फॉल अँड राइस' (१९३१) च्या नंतर चांगली भूमिका मिळाली. ग्रेटा कोणत्याही भूमिकेत जीव ओतून काम करीत असे. १९३५ मध्ये आलेली 'ॲना करेनिना' ही त्यांची जीवनातली सर्वश्रेष्ठ फिल्म राहिली. त्यांच्या अभिनयाचं सर्वांनी तोंड भरून कौतूक केलं. निनोतचका १९३९ पासून त्यांची कॉमिडी करण्याची इच्छा समोर आली. १९४१ मध्ये त्यांनी टू-फेस्ट वूमनमध्ये कॉमेडी केली. दुसऱ्या महायुद्धानंतर त्यांनी अभिनयातून सन्यास घेतला. त्या हॉलीवूड सोडून न्यूयॉर्कला गेल्या. तिथे त्यांनी आपला जास्तीचा वेळ बागकाम करण्यात घालवला. १९५४ मध्ये त्यांना त्यांच्या अविस्मरणीय अभिनयासाठी त्यांना 'ऑस्कर' प्रदान करण्यात आला. १९९० मध्ये त्यांनी आत्मकथन लिहिले. २५ एप्रिल १९९० ला ग्रेटा गार्बो या जगातून गेल्या. मृत्यूसमयी त्यांचं वय ८४ वर्ष होतं.

गोल्डा मायर

गोल्डा मायरचा जन्म १८९८ ला कीवमध्ये झाला. आर्थीक तंगीमुळे त्यांच्या कुटुंबाला १९०६ मध्ये अमेरिकेत जावे लागले.

हाइस्कूलमध्ये त्या सियोनवादी (जियोनिस्ट) समूहात सहभागी झाल्या. १९२१ ला त्या आपले पती मॉरिस मायरसनसोबत फिलीस्तीनला गेल्या.

१९२४ मध्ये टेल अवीवमध्ये त्या सोलेल बोनेटच्या युनियन कन्स्ट्रकशन कॉपॉरेशनमध्ये व्यवस्थापकीय पदावर काम करू लागल्या. १९३२ ते ३४ च्या दरम्यान त्या हेचाल्टज महिला संस्थेत सेक्रेटरी पदावर होत्या. यहुदी एजेन्सीची कार्यकारी निवडल्या गेल्यावर त्या अमेरिकेत इस्त्रायली स्वातत्र्य युद्धाची भरपाईसाठी वर्गणी गोळा करू लागल्या. त्यांना राज्याची प्रभावी वक्ता म्हटल्या जावू लागले.

१९४८ मध्ये त्यांना प्रातींय सरकारचे सदस्य म्हणून निवडण्यात आले. स्वातंत्र्याच्या काही दिवसापूर्वी त्यांना एका अरबीवेषात खतरनाक मिशनवर पाठविण्यात आले. जॉर्डनच्या राजा अब्दुल्लाने इस्त्राइलवर हल्ला करू नाही परंतु त्यांनी आधीच हा निर्णय घेतला होता.

जून १९४८ मध्ये त्यांना इस्त्रायली राजदूत म्हणून निवडल्या गेले. त्यांनी श्रम व राष्ट्रीय विमा मंत्री म्हणून आपली सेवा देखील दिली. नंतर त्या परराष्ट्रमंत्री बनल्या. या दरम्यान त्यांनी अमेरिका व लॅटीन अमेरिकन देशासोबत चांगले संबंध प्रस्थापित करण्यासाठी यशस्वी ठरल्या.

१९६६ ते १९६८ पर्यंत मेपईच्या सेक्रेटरी जनरल राहिल्या नंतर त्या नव्या लेबर पार्टीच्या पहिल्या सेक्रेटरी जनरल निवडल्या गेल्या. १९६९ मध्ये पंतप्रधान लेव्हीचा अचानक मृत्यू झाल्यानंतर गोल्डा मायर दुनियातली तिसरी महिला पंतप्रधान बनल्या.

पंतप्रधान म्हणून त्यांनी अनेक कल्याणकारी कार्य केले. असे असले तरी त्यांची लेबर पार्टी निवडणूकीत पुन्हा विजयी झाली, पण त्यांनी यिटजॅक रेबिनच्या समर्थनात राजीनामा दिला. डिसेंबर १९३८ मध्ये त्यांचे निधन झाले. त्यांना जेरूसलममध्ये दफन करण्यात आले.

ग्लोरिया मेकापाल अरोयो

फिलिपीन्सच्या राष्ट्रपती ग्लोरीया मेकापाल अरोयोने अनेक रेकॉर्ड प्रस्थापित केले आहे. १ ९ ९ २ मध्ये त्या सर्वप्रथम सिनेटर म्हणून निवडून आल्या. १ ९ ९ ५ मध्ये त्या पुन्हा १ ६ मिलियन मताने सिनेटर म्हणून निवडून आल्या. फिलिपीन्समध्ये मताची ही आकडेवारी सर्वाधीक होती. १ ९ ९ ८ मध्ये फिलिपीन्सच्या राष्ट्रपती म्हणून त्या निवडल्या गेल्या. १ ३ मिलियन मतांचे रेकॉर्ड कायम केले. २ ० जानेवारी, २ ० ० १ ला त्यांनी चौदावे राष्ट्रपती म्हणून शपथ ग्रहण केली. २ ० ० ४ मध्ये त्या पुन्हा एकदा विजयी झाल्या. त्या आपल्या प्रतिस्पर्ध्यापेक्षा मिलियन मताने पुढे होत्या.

त्या माजी राष्ट्रपती डायोसॅडॅडो मेकपाल यांच्या पुत्री आहेत. जे त्यांच्या साधेपणा आणि प्रमाणिकपणा यासाठी ओळखले जातात. त्यांच्या शासनकाळात फिलिपीन्स आर्थीक प्रगतीच्या बाबतीत पुढे होते. ग्लोरीयाचा जन्म ५ एप्रिल १ ९ ४ ७ ला झाला. त्यांनी एटीनियो डी मनीला विद्यापीठातून अर्थशास्त्रात पदवीत्तोर उपाधी प्राप्त केली. तसेच फिलिपीन्स विद्यापीठातून अर्थशास्त्रात डॉक्टरेटची डिग्री मिळवली.

त्या १ ९ ८ ६ मध्ये व्यापार तसेच उद्योग सचिव म्हणून फिलिपीन्स सरकारमध्ये सहभागी झाल्या. सिनेट कार्यकाळात आर्थिक व सामाजिक सुधारणावर ५ ५ कायदे लिहिले. वेलफेअर व डेवहलपमेंटच्या सहयोगी म्हणून निवडण्यात आले. १ २ ऑक्टोबर २ ० ० ० पर्यंत मंत्रीमंडळचा राजीनामा देईपर्यंत त्या या पदावर कायम होत्या.

चंद्रिका कुमारतुंगा

२ ९ जून १ ९ ४ ५ ला श्रीलंकेच्या सर्वांधीक प्रतिष्ठित व समृद्ध कुटुंबात चंद्रिका कुमारतुंगा यांचा जन्म झाला. त्यांच्या जन्माच्या वेळी श्री भंडारनायके सरकारमध्ये वरिष्ठ मंत्री होते. नंतर ते देशाचे पंतप्रधान बनले व त्यांची आई सिरिमावो भंडारनायके, १ ९ ६ १ ला जगातील पहिली महिला पंतप्रधान झाल्या.

चंद्रिकाचे शिक्षण पॅरिस विद्यापीठात झाले. त्यांनी तेथूनच राज्यशास्त्राची पदवी प्राप्त केली तसेच ग्रुप लीडरशीपमध्ये डिप्लोमा मिळवला.

आपल्या आईच्या कार्यकाळात जमीन सुधारणा कमिशनची संचलिका तसेच दारिद्र्य निर्मलनाच्या जनरल कमिशनच्या सभापती राहिल्या आहेत. त्यांनी 'ली मोंडे' साठी पत्रकारीता केली. नंतर १९७७ ते १९८५ पर्यंत श्रीलंकेच्या दैनिक पत्र 'दिनकर सिंहोला' च्या व्यवस्थापकीय संपादकही राहिल्या. त्या १९७६ ते १९७९ पर्यंत अमेरिकेच्या खाद्य व कृषी विभागाच्या सल्लागार तज्ज्ञ राहिल्यात.

मे १९९३ मध्ये त्या श्रीलंकेच्या पश्चिम प्रांतीय परिषदेसाठी निवडल्या गेल्या तसेच त्यांना मुख्यमंत्रीपद देण्यात आले.

ऑगस्ट १९९७ मध्ये त्या पंतप्रधान पदासाठी उभ्या राहिल्या व जिंकल्या. त्यांनी लिटेसोबत शांतता कायम ठेवण्यासाठी अनेक प्रयत्न केले. परंतु ज्यावेळी सगळे प्रयत्न निष्फळ ठरले, त्यावेळी त्यांच्याविरोधात सैन्य कारवाई केली.

१९९९ च्या निवडणूकीत लिटेने केलेल्या हल्ल्यात त्या गंभीर जखमी झाल्या. त्यांचा अध्यक्षीय कार्यकाळ २००५ मध्ये समाप्त झाला.

जॉन ऑफ आर्क

जॉन ऑफ आर्कचा जन्म १४१२ मध्ये डॉमरेमी फ्रान्समध्ये झाला. असे म्हणतात की देशाला स्वातंत्र्य मिळवून देण्यासाठीच त्यांचा जन्म झाला होता.

सुरूवातीपासूनच त्या धार्मीक तसेच संवेदनशील स्वभावाच्या होत्या. १२ वर्षांच्या वयातच त्यांना रहस्यमयवाणी ऐकायला आली. त्यांना वाटे की ईश्वर त्यांना फ्रेंच देशात नव्या सुधारणा आणण्यासाठी आदेश देत आहे. त्यांना अशी दिव्यवाणि ऐकताना सेंट माइकल व सेंट कॅथरीनचे दर्शन देखील घडत असे. त्या खूप धार्मीक स्वभावाच्या होत्या. चर्चची घंटा ऐकताच काम सोडून निघून जात.

सुरूवातीला त्यांनी आपल्या या दिव्य दर्शन अथवा वाणीबद्दल कोणाजवळ काही सांगितले नाही, परंतु मे १४२८ मध्ये त्यांनी डॉफिन्सच्या एका प्रभावी नेत्याला या संदर्भात सांगितले.

त्यांच्या बालपणी फ्रान्स एकसंघ नव्हता. १४१५ मध्ये इंग्लडच्या किंग हेन्री पंचमने फ्रान्सवर हल्ला केला. एगिनकोर्टात फ्रान्सच्या सैन्याचा पराभव झाला. यामुळे संपूर्ण देश जास्तच

कमजोर झाला. प्रभावी नेता नसल्याने देश दिशाहीन होता. जॉन ऑफ आर्क कोर्टात आल्यावर चार्ल्स त्यांच्या व्यक्तिमत्वावर प्रचंड खूश झाले. १७ वर्षीय शेतकरी मुलीला सैन्याचे नेतृत्व देऊन लढण्याची परवानगी दिली. एकाच वर्षात जॉन ऑफ आर्कने सैन्याला आरलींस, पॅट आणि ट्रायजनमध्ये विजय मिळवून दिला. १७ जुलै १९२९ ला किंग चार्ल्स सातव्याला राजगादीवर बसविण्यात आले.

फ्रान्सची सेना जॉनला एक रहस्यमयी नेता समजत होती. जॉनच्या कुटुंबाला देखील दरबाराचे संरक्षण व मदत मिळाली. एका वर्षानंतर जॉनला बंदी बनवून इंग्रजाच्या हस्ते विकण्यात आले. त्यांच्यावर जादू टोण्याचा आरोप ठेवण्यात आला. त्यांच्यावर लावण्यात आलेल्या आरोपाला खरे समजून त्यांना आगीत फेकून देण्याची शिक्षा सुनावण्यात आली. काही क्षणासाठी जॉन विचलीत जरूर झाल्या. पण नंतर त्यांनी स्वतःला सावरले. आपल्या नशीबात आहे ते स्वीकारायचे ठरवले. असे म्हणतात की त्यांना जाळण्यात आले त्यावेळी १०.००० लोकांची गर्दी होती.

२० वर्षानंतर अधिकृत घोषणा झाली की त्या निर्दोष होत्या आणि बलिदान समजल्या गेले. १९२० मध्ये त्यांना फ्रान्सचे रक्षणकर्ते संत असा दर्जा देण्यात आला. त्या खऱ्या अर्थाने धर्म, त्याग, वीरता व मानवतेच्या प्रतिमूर्ती होत्या.

जे.के.रॉलिंग

जे.के.रॉलिंग इंग्रजी बाल कादंबरीकार आहेत, ज्या त्यांच्या प्रसिद्ध हॅरी पॉटर शृंखलेबद्दल प्रसिद्ध आहेत. त्यांचे नाव जोआन रॉलिंग आहे. प्रकाशक ब्लूम्सबरी यांना भीती होती की मुले स्त्री लेखिकानी लिहिलेली पुस्तके वाचतील की नाही. म्हणून जे.के रॉलिंग या नावाने त्या लिहू लागल्या.

त्या फ्रेंच भाषेतल्या पदवीधर आहेत. घटस्फोटानंतरच्या विरहात त्यांनी एक कादंबरी लिहून काढली. यश प्राप्त करण्याला उशीर नाही लागला. आतापर्यंत त्यांच्या सात कादंबऱ्याच्या ३५० करोडपेक्षाही जास्त प्रती विकल्या गेल्या आहेत. शेवटच्या चार पुस्तकाने विक्रिच्या क्षेत्रात रेकॉर्ड केले.

कादंबरीचा नायक हॅरी पॉटर आपल्या दोन मित्रासोबत दुष्ट वाल्टीमोर्ट याला मारतो, ज्याने आई-वडिलाची हत्या केली. त्यांची प्रसिद्ध पुस्तके, हॅरी पॉटर अँड द फिलोसॉफर्स स्टोन

(१९९७), हॅरी पॉटर अँड प्रिझनर्स ऑफ अज्कबान (१९९९), हॅरी पॉटर अँड द गोबलेट ऑफ फायर (२०००), हॅरी पॉटर अँड द ऑर्डर ऑफ फॉनिक्स (२००३), अ हॅरी पॉटर अँड द हॉफ-ब्लड प्रिन्स (२००५) आणि हॅरी पॉटर अँड द डेथली हॅलीज (२००७) ही आहेत.

पहिल्या सहा कादंबऱ्यावर चित्रपट देखील निघाले आहेत. त्यांच्या कादंबऱ्यांना ब्रिटिश बुक अवार्ड आणि चिल्डन बुक अवार्ड, १९९७-१९९९ मध्ये नेस्टले स्मार्टीज बुक पुरस्कार, १९९९ आणि २००१ मध्ये स्कॉटिश आर्ट काउंसिल बुक अवार्ड, व्हिटब्रेट चिल्ड्रन्स बुक ऑफ इअर अवार्ड दिल्या गेला.

सन २००७ च्या संडेमधील श्रीमंत व्यक्तीच्या यादीत जे.के.रॉलिंगला ब्रिटनच्या तेराव्या श्रीमंत महिला म्हणून दर्जा देण्यात आला. फोर्ब्स दैनिकाने त्यांना सन २००७ च्या अठ्ठेचाळीसाव्या अंत्यत प्रभावशाली व्यक्ती मानले. २००८ मध्ये त्यांना 'ऑर्डर ऑफ ब्रिटिश इम्पायर' देवून सन्मानीत करण्यात आले. ब्रिटिश जनतेने त्यांना 'ग्रेटेस्ट लिविंग ब्रिटिश राइटर' मानले आहे.

जेन ऑस्टेन

प्रसिद्ध जेन ऑस्टेन यांचा जन्म १६ डिसेंबर १७७५ ला इंग्लडच्या स्टीवेन्टन या स्थळी झाला. त्या आपल्या कुटुंबासह १८०१ पर्यंत राहिल्या. त्यांच्या वडिलांचे नाव रेव्हरेंड जॉर्ज ऑस्टेन असे होते. जेन आपल्या आई-वडिलांची सातवी संतान होती.

जेनचे प्राथमीक शिक्षण ऑक्सफोर्डमध्ये आणि पुढील ' एबी स्कूल' मध्ये झाले.

त्यानंतर त्यांचं कुटुंब बॉथला आलं. १८०५ मध्ये वडिलांचा मृत्यू होईयर्पंत ते त्याच ठिकाणी राहिले. त्या आपली आई व बहिणीसोबत, भाऊ एडवर्ड यांच्याघरी राहू लागल्या.

जेनने जीवनाच्या सुरूवातीलाच लिहायला सुरूवात केली होती. त्यांनी १७८७ ते १७९५ च्या दरम्यान तीन पांडुलिप्या लिहिल्या 'लव्ह अँड फ्रेन्डशिप (१७९०), प्राइड अँड प्रेजुडाइस (१७९७), सेन्स अँड सेंसिबिलिटी (१७९३), व नार्थेजरी एबी (१७८८), आदी पुस्तके चांगलीच प्रसिद्ध झाली.

ही पुस्तके लिहिल्यानंतर अनेक वर्षांनी प्रकाशीत झाली. प्रकाशित होताच त्यांनी खळबळ माजवली. वाचकांनी त्यांना डोक्यावर घेतले.

जीवनाच्या शेवटी-शेवटी 'परसुएशन' नावाची कादंबरी लिहिली, जी मृत्यूनंतर म्हणजे १८१७ मध्ये प्रकाशीत झाली.

१८१७ मध्ये दीर्घ आजारानंतर त्यांचा विनचेस्टर येथे मृत्यू झाला.

जेन फोंडा

जेन फोंडाचा जन्म २१ डिसेंबर १९३७ ला न्यूयॉर्क शहरातील स्क्रीन स्टार हेन्री फोंडा व फ्रासिंस यांच्या घरी झाला. जेन फोंडाचे बालपण संपन्न कुटुंबात गेले.

सुरूवातीला त्यांनी वडिलांच्या कामात रस घ्यायला सुरूवात केली. जोशूआ लोगनने त्यांना 'द कंट्री गर्ल' मध्ये येण्याची प्रेरणा दिली.

१९५८ मध्ये त्या स्टार्सबर्गला भेटल्यानंतर अभिनयात रूची वाढली आणि ॲक्टर्स स्टुडिओत सहभागी झाल्या. टॉल स्टोरी (१९६०) मध्ये त्यांच्या अभिनयाची चांगली स्तुती झाली व त्यातील अभिनयासाठी दोन अकादमी पुरस्कार मिळाले. द शूट हार्सेज डोंट? (१९६९), जूलिया (१९७७), द मॉर्निंग आफ्टर (१९८६) आणि जॉन गोल्डन पाँड १९८१ साठी त्यांना सर्वश्रेष्ठ अभिनेत्री म्हणून ऑस्कर देवून सन्मानीत करण्यात आले.

त्यांचं व्यावसायीक जीवन यशस्वी राहिलं, परंतु खाजगी जीवन वादग्रस्त राहिलं. व्हिएतनाम युद्धादरम्यान युद्धविरोधी कारवायासाठी त्या चांगल्याच चर्चेत राहिल्या.

१९७० व ८० च्या सुरूवातीला त्यांनी त्यांचे पती टॉम हेडन यांच्यासोबत राजकारणही केले. (१९८०) मध्ये त्यांनी 'जेन फोंडाज वर्कआउट बुकं' सोबत एरोबिक व्यायाम देखील सुरू केला. पतीसोबत काडीमोड झाल्यावर (१९९१) मध्ये त्यांनी एक व्यावसाय डेड टर्नरसोबत विवाह केला. त्या आटलांटा ब्रेव्ह व टी. व्ही नेटवर्क टी.बी.एस. चे मालक होते. विवाहानंतर जेनने अभिनयाला रामराम ठोकला. 'स्टेनले अँड आइरिस' (१९९०) फिल्ममध्ये त्यांनी शेवटचा अभिनय केला.

जेनीफर लोपेज

जेनीफर लोपेज यांचा जन्म २४ जुलै १९६९ ला ब्राक्स (न्यूयॉर्क) मध्ये झाला. १९९० मध्ये कॉमेडी स्केच शो 'इन लिव्हिंग कलर' पासून त्यांना चांगले दिवस आले. 'आऊट ऑफ साइट' फिल्ममध्ये त्या सर्वात जास्त मानधन घेणाऱ्या लॅटीन अभिनेत्री झाल्या.

१९९९ मध्ये त्या 'ऑन द ६' या अल्बमधून एक गायीका म्हणून समोर आल्या. 'वेटिंग फॉर टूनाइट' मध्ये त्यांनी त्यांच्या भावी पतीसोबत काम केले. २००५ पर्यंत संपूर्ण जगात त्यांच्या ३५ मिलियन कॉपीज विकल्या गेल्या होत्या.

जेनीफरला दैनिकातून बहुधा जगातील सर्वात सेक्सी महिला म्हणून अल्लेखित केल्या जाते.

ऑगस्ट २००७ मध्ये त्यांनी आपल्या पहिल्या पतीच्या विरोधात दावा केला, ज्याने एका पुस्तकात असे म्हटले होते की जेनीफरचे अनेक पुरूषासोबत अनैतिक संबंध आहेत. जेनीफरच्या बाजूने निकाल लागला.

जेनीफरचे बेन एफलेकसोबत दीर्घकाळ संबंध राहिले, त्यांनी अनेक चित्रपटात सोबतच काम केले. परंतु ऐनवेळी त्यांनी त्यांच्यासोबत विवाह करण्याचा विचार फेटाळला.

जून २००४ मध्ये जेनीफरने मार्क अटोंनीसोबत विवाह केला. त्यांचा 'मानस्टर-इन-लॉ' बॉक्स ऑफीसवर हिट ठरला. सन २००५ मध्ये त्या फोर्बसच्या यादीत प्रभावशाली व्यक्तीमध्ये २४ व्या स्थानी होत्या. २००७ मध्ये त्या प्लेबॉयची २५ वी सेक्सी व्यक्ती म्हणून निवडण्यात आल्या.

जुलै २००७ मध्ये घोषणा करण्यात आली की त्या आपल्या पतीसोबत अमेरिका, कॅनडा व प्यूर्टो रिकोमध्ये पहिला कंसर्ट टूर करणार आहेत.

ऑक्टोबर २००७ मध्ये त्यांचा सहावा अल्बम रिलीज झाला.

फेब्रुवारी २००८ मध्ये त्यांनी जुळया मुलांना जन्म दिला. मुलीचे नाव एमी तर मुलाचे नाव मॅक्स आहे.

जॅकलीन केनेडी ओनेसिस

जॅकलीनचा जन्म २८ जुलै १९२९ मध्ये झाला. त्या एक प्रभावशाली तसेच स्वतंत्र बालिका होत्या. त्यांचे आई-वडील विभक्त झाल्यावर जॅकी आपल्या आईसोबत राहू लागल्या,ज्यांनी नंतर एका श्रीमंत वकीलासोबत विवाह केला. जॅकी एक सुंदर तसेच स्वाभीमानी तरूणी होती. कॉलेजमध्ये एक गंभीर विद्यार्थी म्हणून ओळखल्या जावू लागल्या. त्यांनी जॉर्ज वाशिंग्टन विद्यापीठात आपलं शिक्षण केलं. नंतर त्या टाइम्स हेरॉल्ड दैनिकात फोटोग्राफरची नोकरी करू लागल्या.

१९५१ मध्ये पहिल्यांदा, त्या जॉन फिट्जगेराल्ड केनेडींना भेटल्या. पुढील वर्षी केनेडी मॅसाच्युसेटस्मधून सिनेटर म्हणून निवडल्या गेली आणि वाशिंग्टनला आल्या. जून १९३५ मध्ये दोघांचा साखरपुडा झाला. १२ डिसेंबर १९५३ ला एका भव्य कार्यक्रमात विवाह झाला.

जॅकी केनेडींना राजकारणाचे फारसे ज्ञान तर नव्हते. पण तरीही त्या पतीला मदत करण्यासाठी पुढे आल्या. त्या जाहीर सभेत त्यांच्यासोबत असायच्या. ज्यामुळे ते प्रसिद्ध झाले. जॉन केनेडींना राष्ट्रपती बनायचे होते. जॅकीने निवडणूकीत सक्रियपणे सहभाग नोंदवला. गर्भावस्थेमध्येही त्या सक्रिय होत्या.

जॉन केनेडी राष्ट्रपती बनल्यावर जॅकीने व्हाइट हाऊसला नव्या पद्धतीने व्यवस्थीत केले. ज्यामुळे त्या त्याला आपल्या मुलांचे घर म्हणू शकतील तसेच त्या समजतात की व्हाइट हाऊस एक सार्वजनीक संस्था तसेच राष्ट्रीय स्मारक देखील आहे. त्यांनी व्हाइट हाऊस हिस्टोरिकल असोशिएशनची स्थापना केली. तेथिल पेंटिंग्ससाठी देखील एक विशेष समिती बनवली.

एप्रिल १९८३ मध्ये माहीत झाले की त्या पुन्हा गर्भवती आहेत. त्यांचं नवजात बाळ तीन दिवसातच या जगातून गेला. २२ नोव्हेंबर १९६३ ला जॅकीचे पती जॉन एफ केनेडीचीं हत्या करण्यात आली. हा धक्का फार मोठा होता. संपूर्ण राष्ट्र विधवा व त्यांच्या मुलांसाठी शोकमग्न झाला.

पतीच्या मृत्यूनंतर त्या विधवा म्हणूनच समोर आल्या. समाज शंका घेत होता की त्या दुसरा विवाह करतात की काय आणि त्या त्यांचा दीर रॉबर्ट केनेडी यांच्या निवडणूक प्रचारात व्यस्त होत्या. जून १९८८ मध्ये त्यांनी देखील हत्या करण्यात आली. सार्वजनीक जीवनात त्यांना लोकांनी पहिले ते अंतिम संस्काराच्या वेळी

ऑक्टोबर १९६८ मध्ये त्यांनी श्रीमंत व्यावसायीक अरिस्टोटल आनेसिसबरोबर विवाह केला. जॅकी आपला अधिकचा वेळ न्यूयॉर्कमध्ये मुलांसोबत घालवतात. काही वर्षातच पती-पत्नी विभक्त झाले. ओनेसिसच्या मृत्यूनंतर त्या पुन्हा विधवा झाल्या. त्या कायमच्या न्यूयॉकमध्ये राहू लागल्या. त्यांनी अनेक प्रकाशकासाठी संपादक म्हणून कार्य केले.

१९ मे १९९४ ला कॅंसरने त्यांचा मृत्यू झाला. त्यांना आजही अमेरिकन समाजात शक्तीचं प्रतीक म्हणून ओळखल्या जाते.

डायना हेडन

मिस वर्ल्ड १९९७, डायना हेडन आंध्रप्रदेश राज्याची रहिवाशी आहे. त्यांचा जन्म १९७३ ला हैद्राबादेत झाला. त्यांना स्पर्धेत मिस वर्ल्ड ९७, मिस फोटोजनीक व मिस बिच विअरचा सन्मान मिळाला.

अभूतपूर्व सौंदर्यवती डायना लहानपणापासूनच टॉमबॉयसारखी दिसत होती. त्यांनी सिकंदराबादच्या सेंट ॲनी हायस्कूलमधून शालेय शिक्षण पूर्ण केलं. नतर उस्मानीया विद्यापीठातून इंग्रजीच्या पदवीधर झाल्या. त्यांनी काही काळ बंगलोरच्या इव्हेंट कंपनीत देखील काम केले.

बंगलोर व मुंबईमधून त्यांनी मॉडलिंग व फॅशन शोला सुरूवात केली. त्यांनी म्यूझिक कंपनी बी.एम.जी. फ्रीसेंडी पी.आर. विभागात देखील काम केले. मित्रांच्या आग्रहास्तव मिस इंडिया स्पर्धेसाठी फोटो पाठविले आणि नंतर सगळं काही बदलून गेलं.

डायना मिस वर्ल्ड बनल्या. त्यामुळे त्यांना 'लॉरियल' व 'क्राई' ची ब्रांड अम्बॅसॅडर बनण्याची संधी पण मिळाली. त्यांनी लंडनच्या ड्रामा स्टुडिओमधून अभिनयाचे प्रशिक्षण देखील घेतले.

डायना घोडेस्वारी, नृत्य, संगीत, बुद्धीबळ व शिकणे यामध्ये रस घेत. हैद्राबादच्या एका अनाथलयात त्या सक्रियपणे काम करतात. त्यांना मॉडलिंगसाठी अंतरराष्ट्रीय संस्थानी करारबद्ध देखील केले आहे.

त्यांनी 'तहजीब' आणि 'अब बस' या हिंदी चित्रपटात देखील काम केले आहे. इंग्रजी चित्रपट 'ऑल-अलोन' व 'ओथेलो-ए-साऊथ अफ्रीकन टेल' (२००६) सारख्या चित्रपटात

देखील काम करण्याची संधी मिळाली आहे. त्या हिंदी चॅनलवरील एक लोकप्रिय शो 'बायोग्राफी' च्या एंकर देखील राहिल्या आहेत.

डायना स्पेंसर

डायना स्पेंसर यांचा जन्म १ जुलै १९६१ ला एका सर्वसामान्य ब्रिटिश कुटुंबात झाला. त्या काही राजघराण्यातल्या नव्हत्या, त्या क्वीन एलिझाबेथ द्वितीय व त्यांच्या घराशेजारी राहूनच मोठ्या झाल्या. प्रिन्स चार्ल्स १२ वर्षांनि मोठे होते परंतु प्रिंस एंड्रयू त्यांचे समवयस्क व बालपणीचे सोबती होते.

डायनाच्या आई-वडिलांचा घटस्फोट झाल्यावर चारही मुलांची जबाबदारी वडिलांवर आली. डायनाचे आपल्या सावत्र आईबरोबर नाही पटले. त्या शिक्षणातही काही हुशार नव्हत्या. पण प्रिन्स चार्ल्स व बेले डान्स या दोन गोष्टी त्यांना आवडत. वयाच्या १६ व्या वर्षी त्या प्रिन्स चार्ल्सला दोन वेळा भेटल्या. ते त्यांची मोठी बहिण सराह यांना भेटले होते. परंतु डायनाचे वय फार कमी होते.

डायना शाळा सोडून लंडनला आल्या. तिथे घराची साफ-सफाई व मुलांना शिकवणे असे काम केले. ती आपल्या वडिलाच्या घरात तिघासोबत रहात होती. चार्ल्स आणि त्यांच्या भेटीगाठी वाढल्यावर त्यांनी विवाहाचा प्रस्ताव ठेवला. २६ जुलै १९८१ ला त्यांचा विवाह झाला. त्या ३०० वर्षातल्या पहिल्या ब्रिटिश नागरीक होत्या ज्यांचा विवाह ब्रिटिश राजघराण्याच्या वारसदारासोबत झाला होता. मोनॅकोच्या प्रिन्सेस ग्रेस यांच्या अंतिम संस्काराप्रसंगी त्या लोकांसमोर आल्या. त्यांना मुले झाली.

सुरूवातीला डायना व चार्ल्स लोकांसमोर मोठ्या उत्साहाने येत होते परंतु १९८६ उजडेपर्यंत त्यांच्यात खूप काही बदलले होते. १९९२ मध्ये एंड्रयू मार्टन यांनी डायनाचे चरित्र लिहिले ज्यात लिहिले होते की चार्ल्सचे दीर्घकाळापासून कॅमिला पार्करसोबत संबंध होते. त्यांनी त्यात म्हटले आहे की डायनाने आत्महत्या करण्याचा देखील प्रयत्न केला. डिसेंबरपर्यंत त्या दोघांनी राणी एलिझाबेथ व दुसऱ्या सहकारी अधिकाऱ्यांच्या सल्ल्याने कायदेशीर वेगळे होण्याचे ठरविले. खरे तर त्यांना विभक्त व्हायचे नव्हते.

१ ९ ९ ६ मध्ये टी.व्ही. इंटरव्ह्यूमध्ये चार्ल्स स्कॅंडलचे फोटो दाखविण्यात आले. हे ठरले की आता त्यांचे विभक्त होणे निश्चितच आहे. डायनाने राणीला पण विचारले नाही आणि घटस्फोट घेण्याची घोषणा केली.

ऑगस्ट १ ९ ९ ६ मध्ये घटस्फोट मिळाला. डायनासाठी २ ३ मिलियन डॉलर ६०००० डॉलर दरवर्षी रक्कम देण्याचे ठरले. त्यां दोघांनीही आपल्या दोन्ही मुलांची काळजी घेतली. त्या केनसिंगटन महालात राहू लागल्या व त्यांना 'प्रिसेस ऑफ वेल्स' ही उपाधी लावण्याची परवानगी मिळाली. त्यांच्या नावामागचा 'हर रॉयल हाइनेस' काढून घेण्यात आला. घटस्फोट घेतांना त्यांनी अनेक समाजसेवी संस्थेसोबतचे नाते तोडले. ज्यासोबत त्या काम करीत होत्या. त्या केवळ बेघर कुटुंब, एड्स् तसेच कुष्ठरोगी, मुलांचे हॉस्पीटल व कॅंसर हॉस्पीटलच्या संस्थेसोबत संबंध ठेवून राहिल्या.

१ ९ ९ ६ मध्ये त्या खाण बंद करण्याच्या मोहीमेत राजकीय दृष्ट्या सक्रिय राहिल्या व याच संदर्भात अनेक देशांचा दौरा पण केला.

१ ९ ९ ७ मध्ये त्या ४ २ वर्षीय प्लेबॉय 'डोडी' यांच्या संपर्कात आल्या. ते दोघे एका कारमध्ये जात होते, कार एका सुरूंगात दुर्घटनाग्रस्त झाली. ही घटना पॅरीसमध्से ३ १ ऑगस्ट १ ९ ९ ७ ला घडली, डायनाचा या जगातला तो शेवटचा दिवस हेता.

तंसु सिलर

तंसु पेनबे सिलर यांचा जन्म २ ४ मे १ ९ ४ ६ ला तुर्कीमध्ये झाला. त्या एक अर्थशास्त्रज्ञ तसेच राज्यशास्त्रज्ञ होत्या. त्या तुर्कीच्या प्रथम महिला पंतप्रधान बनल्या. त्या एक गव्हर्नरची पुत्री आहेत. इंस्तानबूलमधून शिक्षण पूर्ण केल्यावर त्यांनी रॉबर्ट कॉलेजच्या स्कूल ऑफ इकॉनॉमिक्समधून पदवी घेतली. पी.एच.डी. केल्यानंतर त्यांनी येले विद्यापीठात पुढील शिक्षण चालू ठेवलं. नंतर त्या १ ९ ७८ मध्ये लेक्चरर तसेच १ ९ ८ ३ मध्ये प्रोफेसर बनल्या. त्या तुर्कस्थानात गेल्या आणि तिथे इंस्तानबूल बॅंकेत कंपनी अध्यक्ष म्हणून काम करू लागल्या.

अनेक विद्यापीठातून प्रोफेसरचे काम केल्यानंतर त्यांनी नोव्हेंबर १ ९ ९ ० मध्ये 'कॉंझरव्हेटिव्ह टू पाथ पार्टी' मध्ये सहभागी होऊन राजकारणात प्रवेश केला. १ ९ ९ ७ ला त्या डिप्टी इंस्तानबूल म्हणून निवडल्या गेल्या आणि नंतर पंतप्रधान बनल्या.

१९९६-९७ मध्ये त्या तुर्कीच्या परराष्ट्र धोरणाच्या मंत्रीपण बनल्या. सिलरच्या शासनकाळात यू-टर्की कस्टम युनियन करारावर हस्ताक्षर झाले तसेच तो मजबूत झाला. त्यांनी तुर्की सैन्याचे जुने शस्त्रास्त्र काढून घेतले आणि त्या जागी आत्याधुनिक उपकरणे व शस्त्रे दिली, ज्यामुळे कोणत्याही दहशतवादी संघटनेचा मुकाबला करता येईल. त्यांनी अमेरिकन सरकारकडे आग्रह धरला की पी के के ला अंतरराष्ट्रीय दहशतवाद्याच्या यादीत समविष्ठ करावं. नंतर यूरोपीयन संघानेही या गोष्टीचा स्वीकार केला.

त्यांच्यावर भ्रष्टाचाराचे आरोप ठेवण्यात आले तसेच तुर्की संसदेत त्यांची विचारपूस करण्यात आली. माजी पंतप्रधान तसेच त्यांच्यावर लावलेले सर्व आरोप, नंतर निराधार सिद्ध झाले. नोव्हेंबर २००२ मध्ये झालेल्या निवडणूकीतील पराभव नंतर त्यांनी राजकीय जीवनातून सन्यास घेतला.

तस्लीमा नसरीन

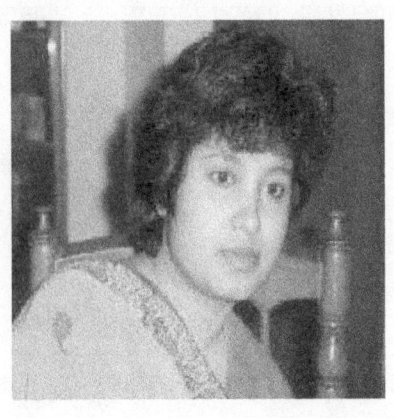

तस्लीमा नसरीनचा जन्म २५ ऑगस्ट १९६२ ला फाळणीपूर्व पाकिस्तान (आता बांग्लादेश) च्या मॅगनसिंह नावाच्या ठिकाणी झाला. त्या पहिल्या डॉक्टर आहेत ज्यांना स्त्रीवादी लेखिका म्हणून प्रसिद्धी मिळाली. त्या स्वतः एक धर्मनिरपेक्ष मानवतावादी आहेत. त्यांच्या इस्लाम धर्म विरोधी लिखानामुळे त्या विसाव्या शतकात संपूर्ण जगात प्रसिद्ध झाल्या.

'लज्जा' ही त्यांची पहिली कादंबरी. सुरूवातीला ही कादंबरी केवळ ७६ पानांची होती, त्यात सातत्याने भर घालत राहिल्यानं ती आता २०० पानांची झाली आहे.

सरकारने पुस्तकावर बंदी आणली. कट्टरपंथिय मुस्लीमानी त्यांना मृत्यूदंडाची शिक्षा सुनावली. १९९३ मध्ये त्यांच्यावर ईश्वर निंदेंचा आरोप ठेवण्यात आला. त्यांना अटक करण्याचे वारंट निघाल्यावर त्या कुठेतरी लपल्या.

दोन महिन्यानंतर त्यांनी हाईकार्टासमोर आत्मसमर्पण केले आणि जमानत मिळताच बांग्लादेश सोडला. १९९४ पासून त्या फ्रान्स, स्वीडन व भारत देशातून निर्वासितांचे आयुष्य घालवीत आहेत. या दरम्यान त्यांनी अनेक काल्पनीक व आत्मकथा स्वरूप पुस्तके व कविता लिहिल्या.

त्यांच्या आत्मकथात्मक लेखनामुळेही त्यांना बांग्लादेश आणि भारताचा रोष पत्कारावा लागला. तस्लीम सहावे पुस्तक 'नोई किछू नोई' (देअर इज नथिंग) लिहित असतानाच त्यांच्या विरोधात चाललेल्या आंदोलनामुळे लिखानात अडथळे येत आहेत.

बांग्लादेशात परतणे शक्य नसल्याने तस्लीमा पॅरिस व स्टॉक होममध्ये बराच कालावधी राहून शेवटी भारतातील कलकत्त्यात वास्तव्याला आहेत. २००७ मध्ये भारत सरकारने त्यांना आज्ञात स्थळी कडक बंदोबस्तात ठेवले. या गोष्टीला कुटाळून त्यांनी स्वीडनमध्ये वास्तव्य करण्याचा निर्णय घेतला. ऑगस्ट २००८ मध्ये त्यांना भारतात परतण्याची परवानगी मिळाली. पंरतु ऑक्टोबरमध्ये माघारी जाण्याचा आदेश देण्यात आला.

नरगिस दत्त

मोहन बाबू आणि जद्दन बाईच्या पोटी नरगिस दत्तचा जन्म १ जून १९२९ ला झाला. कॉन्व्हेंटमध्ये शिक्षण झालेल्या नरगिसने १९४३ मध्ये 'तकदीर' या चित्रपटापासूनच आपल्या अभिनय करिअरची सुरूवात केली. राजकपूरने त्यांना आपल्या 'आग' या चित्रपटात अभिनय करण्याची संधी दिली.

महबूब खानची सुपर हिट फिल्म 'अंदाज' (१९४९) पासून यश काय असतं ते नरगिसला समजलं. त्यानंतर 'बरसात' (१९४९) प्रदर्शित झाला. नरगिसने अनेक कृष्ण-धवल क्लासिक चित्रपटामधून आपला अभिनय केला. राजकपूरबरोबर काम करीत त्यांनी अनेक हिट चित्रपट दिले. महबूबचा चित्रपट 'मदर इंडिया' १९५७ ने नरगिसला अमर केले. क्वाचितच एखद्या अभिनेत्रीला इतकी सशक्त भूमिका मिळाली असेल.

नरगिस यांचे लग्न आपले सह-अभिनेते सुनिल दत्त यांच्याशी झाला. त्यांचे पुत्र संजय दत्त बॉलीवुडमधील व्यस्त कलाकारापैकी आहेत. त्यांची कन्या प्रिया लोकसभेची सदस्या राहिलेली आहे.

त्यांना अनेक पुरस्कार व सन्मान प्राप्त झाले, ज्यामध्ये कारलोवी वॅरी पुरस्कार तसेच उर्वशी पुरस्काराचा समावेश आहे. त्या पहिल्या कलाकार आहेत ज्यांना पद्मश्री देवून सन्मानीत करण्यात आले. त्यांना 'रात और दिन' साठी राष्ट्रीय पुरस्कार दिल्या गेला. स्पॅस्टिक्स सोसायटी ऑफ इंडियासाठी करण्यात आलेल्या कार्यामुळे त्यांना समाजसुधारीका ही ओळख मिळाली तसेच

त्यांना राज्यसभेवर घेण्यात आले. त्यांनी संसदेत अपंगाचे अधिकार यासाठी आवाज उठवला.

नरगिस याचे सामाजिक कार्य आणि अभिनय एकाचवेळी चालू होता. परंतु २ मे १९८१ ला कॅंसरने त्यांना आपल्यातून नेले.

नाओमी कॅम्पबेल

ब्रिटिश सुपरमॉडल अभिनेत्री नाओमी कॅम्पबेल यांचा जन्म २२ मे १९८० ला झाला. त्यांचा जन्म दक्षिण लंडनमध्ये झाला. त्यांनी लंडन अकादमीतून परफार्मिंग आर्टचे शिक्षण घेतले. त्या एक प्रमुख फॅशन मॉडल राहिल्या.

फेब्रुवारी १९७८ मध्ये त्यांना सुपरस्टार बॉब मार्लेसोबत 'इज दिस लव्ह' गीतासाठी निवडण्यात आले. त्या सर्वप्रथमच प्रेक्षकांसमोर आल्या.

नाओमीने मॉडलिंग क्षेत्रात २.८. मिलियनची अमेरिकन डॉलर इतकी कमाई केल्याचा अंदाज आहे. त्यांनी 'प्लेबॉय' दैनिकासाठी नग्न फोटो पण दिले आहेत तसेच मॅडोनाच्या 'सेक्स' या पुस्तकासाठी देखील नग्न फोटो दिली आहेत. नाओमा आपल्या बुद्धीमान, रागीट स्वभावाच्या म्हणून ओळखल्या जातात. त्यांनी त्यांच्याच एका सहकार्याने न विचारता त्यांचा फोटो काढला म्हणून त्याला चांगलेच झापले होते.

त्या एक यशस्वी गायीका देखील आहेत. त्यांचा अल्बम 'बेबी वूमन' संपूर्ण जगात मिलियनपेक्षाही जास्त विकला आहे. जॉर्ज माइकलच्या म्यूझिक व्हिडिओ 'फ्रीडम ९०' मध्ये देखील त्यांनी आपली जादू दाखवली आहे.

१९९५ मध्ये त्यांनी तोशीनोबू कुबोतासोबत 'ला ला ला लव्ह' सॉंग गायले, जे जपानमध्ये हिट ठरले. मायकेल जॅक्शन सोबतही त्यांनी काही म्यूझिक व्हिडिओत काम केले. १९९१ मध्ये त्यांना 'पीपल' पत्रिकाने जगातील सर्वाधीक सुंदर स्त्रीपैंकी एक म्हणून मान्यता दिली.

नाओमी बेस्ट सेलर कादंबरी 'स्वान' ची देखील सहलेखिका आहे. त्यांनी या सोबतच एक फोटो बुक 'नाओमी' देखील काढले आहे.

त्यांच्यासोबत काम करणाऱ्या सहकार्यांना त्यांचा वाइट अनुभव आहे, ज्यामध्ये ब्लॅक सुपरमॉडलचा प्रसंग उल्लेखनीय आहे. 'सन २००५ मध्ये द टायरा बॅंक्स शो मध्ये मनमिळवणी झाली.

नाडिया कॉमेंसी

नाडिया कॉमेंसीचा जन्म १२ नोव्हेंबर १९६१ ला रोमनियात झाला. नाडियाची आई गर्भवती असताना त्यांनी एक रशियन चित्रपट पाहिला, ज्यामध्ये अभिनेत्रीचं नाव नाडिया होतं. त्यांनी विचार केला की त्यांना जर मुलगी झाली तर तिचं नाव नाडिया ठेवले जाईल. त्यांना एक धाकटा भाऊ पण होता, ज्याचं नाव एड्रियन ठेवण्यात आलं. नाडिया बालपणापासूनच एका स्थानीक संघ 'फ्लेम' सोबत जिमनॅस्टिक करू लागली.

नाडिया त्या शाळेच्या पहिल्या फळीच्या विद्यार्थ्यांपैकी होत्या. १९६१ मध्ये त्यांना पहिल्यांदा यश काय असतं. ते समजलं. त्या रोमनियन नॅशनल चॅंपियनशीपमये तेराव्या स्थानी राहिल्या. १९७० मध्ये त्या रोमानिया नॅशनल चॅंपियनशीप जिंकणारी सर्वांत कमी वयाची खेळाडू ठरली. १९७१ मध्ये त्यांनी पहिल्या अंतरराष्ट्रीय स्पर्धेत भाग घेतला. ती यूगोस्लाव्हिया तसेच रोमानियामध्ये झाली. त्यांनी ऑल राउंड व गोल्ड मेडल पुरस्कार जिंकला.

वयाच्या १४ व्या वर्षीच त्यांनी समर ओलंम्पीकमध्ये भाग घेतला. इथे त्यांनी १०० पैकी १० गुण मिळवून सर्वांना चकित केले. मीडियाने देखील या नव्या खेळाडूवर पूर्ण लक्ष दिले. याच दरम्यान 'सोप ओपरा' चे थीम सॉंग 'द यंग अँड द रेस्टलेस' त्यांच्यासोबत जोडले. १९७६ मध्ये त्यांना स्पोर्टस् पर्सनॅलिटी ऑफ द इअर' घोषीत करण्यात आले.

१९८० मध्ये मॉस्कोतल्या समर ओलम्पीकमध्ये त्या दुसऱ्या स्थानी होत्या. १९८१ मध्ये त्यांनी जिम्नॅस्टिकमधून सन्यास घेतला. १९८४ मध्ये बुकारेस्टमध्ये त्यांचा अधिकृत सेवानिवृत्ती कार्यक्रम ठेवण्यात आला, ज्यात इंटरनॅशनल ओलम्पीक कमिटीच्या अध्यक्षानेही भाग घेतला होता.

२७ एप्रिल १९८६ ला नाडियाने बार्ट कोन्नर या बॉयफ्रेंडसोबत विवाह केला. २९ जून २००१ ला त्या अमेरिकेच्या नागरीक बनल्या.

नादिन गॉर्डीमर

नादिन गॉर्डीमर यांचा जन्म १९२३ मध्ये ट्रान्सवाल, दक्षिण अफ्रिकेत झाला. त्यांचे शालेय शिक्षण कॉन्व्हेंटमध्ये झाले. त्यांनी व्हिटवाटरस्ट्रेंड विद्यापीठातून देखील एक वर्ष शिक्षण घेतले तेव्हापासून त्यांचे जीवन लेखनामध्येच गेले.

त्यांनी देश-विदेशाचा प्रवास पण केला. दक्षिण अफ्रिकन विषयावर लेखन केले. आपल्या मुलाला सोबत घेऊन टी. व्ही. डॉक्युमेंट्री तयार केली.त्यांनी आपल्या अनेक कथांचे स्क्रिन प्ले देखील लिहिले. जे 'द गॉर्डीमर स्टोरीज' या नावाने दाखविण्यात आले. त्यांच्या तेरा कादंबऱ्या व दहा लघुकथा संग्रह ४० पेक्षा अधिक भाषेत प्रकाशीत झाले आहेत.

जोहान्सबर्गच्या फोरम या दैनिकातून त्यांची पहिली लघुकथा छापून आली आणि नंतर अनेक दैनिकातून कथा छापून आल्या. 'समथिंग आऊट देअर' १९८४ जंप व इतर कथा. 'लूट' २००३ आदी कथा केवळ विविधतापूर्णच नाहीत तर मनोरंजक देखील आहेत.

खास करून त्या दक्षिण-अफ्रिकन मानसिक तणावावर आधरीत विषय निवडतात. त्या जाती-धर्माच्या पूर्णपणे विरोधात आहेत. त्या अशा कुटुंबातून आलेल्या आहेत जिथे जाती-पातीला कसलाही थारा नाही. अशाप्रकारे त्यांच्या कथांनी समाजाला प्रभावीत करण्यात महत्वपूर्ण भूमिका पार पाडली आहे.

त्यांची पहिली कादंबरी 'द लाईंग डेज' (१९५३), त्यांच्याच जीवनावर आधारीत होती. अ वर्ल्ड ऑफ स्ट्रेंजर्स (१९५८), ओकेजन फॉर लव्हिंग, १९६३ ही कादंबरी एका निग्रो पुरूषावर आणि गोऱ्या स्त्रींच्या प्रेमप्रसंगावर आधारीत आहे. कंझर्वेशनिस्ट खऱ्या अर्थाने बुकर पुरस्काराचे मानकरी ठरला. राजकीय हालचाली दरम्यान, त्यांच्या कादंबऱ्या 'बर्गर्स डॉक्टर' व इतर पुस्तकांवर बंदी घालण्यात आली. सन २००५ मध्ये त्यांची 'गेट अ लाइफ' ही कादंबरी प्रकाशीत झाली.

त्यांना अमेरिका, बेल्जियम, दक्षिण अफ्रिका, न्यूयॉर्क, ऑक्सफोर्ड व केम्ब्रीज विद्यापीठाने पंधरा मानद उपाध्या प्रदान केल्या आहेत.

१९९१ मध्ये त्यांना साहित्यासाठी नोबेल पुरस्कार देवून सन्मानीत केले आहे.

नोरा जोन्स

गीताली नोरा जोन्स शंकर यांचा जन्म ३० मार्च १९७६ ला न्यूयॉर्कमध्ये झाला. त्या भारतीय संगीतज्ञ रविशंकरजींच्या सुकन्या आहेत. त्यांची आई सू जोन्स एक नर्तकी होत्या, कन्येवर आई-वडिलांचा चांगलाच प्रभाव आहे.

चार वर्षाच्या असतानाच त्या आईसोबत डलास येथे आल्या तसेच तिथेच मोठ्या झाल्या. त्या चर्चमध्ये गाऊ लागल्या, पियानो व गिटारा वाजयाला शिकल्या. आल्टो सेक्साफोन तयार करायला पण शिकल्या. त्यांनी परफर्मिंग व्यूजिअल व आर्ट्स शिकण्यासाठी 'इटरलोकन आर्टस् कॅंप' बुकर टी वाश्गिटन हाइस्कूलमध्ये प्रवेश घेतला. यूनिर्व्हसिटी ऑफ नॉर्थ टेक्सासमध्ये जॅज पियानो शिकून, बेस्ट स्टुडंट म्युझिक अवार्ड जिंकला. वयाच्या सोळाव्या वर्षी त्यांनी वडिलांच्या आर्शिवादाने आपले नाव लहान करून 'नोरा जोन्स' ठेवले. कारण त्यांच्या चाहत्यांना पटकन ते उच्चारता यावे.

न्यर्याकमध्ये त्यांनी अनेक कलाकार व ब्रॅंडसोबत काम केले. ली अलेक्झांडर, नॅंसी हॅरिस लेवी, ॲडम लेवी, केव्हिन बॅंट, डारू ओडा, ॲंड्रयू बोरकर व इतर सहकार्यांसोबत मिळून त्यांनी संगीताच्या जगात खळबळ माजवून दिली.

त्यांच्या नव्या बॅंडने २००२ मध्ये नवा अल्बम 'कम अवे विथ मी' निघाला. मूल संगीताने सजलेल्या अल्बमने रेकॉर्डतोड विक्रि केली. ग्रेमी पुरस्कार जिंकला व त्यांना एका दीर्घ तसेच प्रभावशाली करिअरसाठी निवडल्या गेले.

दोन वर्षानंतर बॅंडने 'फिल्म लाइक होम' रिलीज केले. दुसऱ्या अल्बमचे देखील चांगलेच स्वागत झाले. जानेवारी २००७ मध्ये तिसरा अल्बम 'नॉट टू लेट' आला. एक अल्बम वैयक्तिक स्वरूपात नोरानेच लिहिला होता.

२००७ मध्ये त्यांनी 'माइ ब्ल्यूबेरी नाइटस' मधेन चित्रपट क्षेत्रात पाय ठेवला. पण त्या म्हणतात की चित्रपटात काम करीत असले तरी संगीत हेच त्यांचे पहिलें प्रेम असेल.

सौंदर्य आणि प्रतिभा याचा सुरेख संगम म्हणजे नोरा जोन्स सारखा चमचमता तारा आहे, ज्या नव्या कलाकारांच्या रांगेतून सर्वात पुढे यायला उतावीळ आहेत.

पर्ल एस.बक

पर्ल एस. बक पहिली स्त्री होत्या, ज्यांना त्यांच्या 'द गुड अर्थ' या कादंबरीसाठी पुल्तिजर पुरस्कार प्रदान करण्यात आला. त्यांचा जन्म २३ जानेवारी १८९२ मध्ये हिल्सबोरो, पश्चिमी व्हर्जिनियात झाला. त्या १८९५ मध्ये आपल्या आई-वडिलासोबत जीजियांग, चीनला आल्या. त्या तिथेच चीनी भाषा व परंपरा शिकल्या. नंतर त्यांची आई व शिक्षिका यांनी त्यांना इंग्रजी शिकवली. बालपणापासूनच त्यांना लिहिण्याची सवय होती.

१९१० मध्ये त्या अमेरिकेच्या रेनडॉल्फ-मॅकन वूमन कॉलेजात गेल्या. जिथे १९१४ मध्ये त्यांनी डिग्री मिळवली. नंतर त्या चीनला परतल्या. तसेच १९१७ मध्ये कृषी अर्थमंत्री जॉन लासिंग बकसोबत विवाह केला. त्यांना एक मुलगी झाली. पूर्ण कुटुंब नानजिंग येथे आले. तिथे पर्ल विद्यापीठात इंग्रजी साहित्याचा अभ्यास करू लागल्या. १९६२मध्ये त्या चीन सोडून काही काळासाठी अमेरिकेला गेल्या. त्यांना तिकडे जावून कोरनेल विद्यापीठातून पदवीत्तर डिग्री प्राप्त करायची होती

१९३० मध्ये त्यांच्या लेखन करिअरला सुरूवात झाली. त्याचं पहिलं पुस्तक 'इस्ट विंड-वेस्ट विंड' प्रकाशीत झालं. १९३१ मध्ये त्यांनी 'द गुड अर्थ' लिहिले, ज्याला त्यांची सर्वश्रेष्ठ कलाकृती समजली जाते. १९३२ मध्ये पुल्तिजर पुरस्कार मिळाल्यानंतर १९३५ मध्ये त्यांना विलियम डीन हॉवेल्स मेडल प्रदान करण्यात आले. राजकीय तणावापोटी नाइलाजाने चीन सोडून जावे लागले. त्या अमेरिकेत आल्या तसेच आपल्या पतीकडून घटस्फोट घेतला. नंतर त्यांनी जॉन डे पब्लिशिंग कंपनीचे रिचर्ड जे वाल्श यांच्यासोबत विवाह केला आणि सहा मुले दत्तक घेतले. १९३८ मध्ये त्यांनी आपल्या आई-वडिलांचे चरित्र 'द एक्जाइल', 'द फाइटिंग एंजेल' लिहिलं व साहित्याचा नोबेल पुरस्कार मिळवला.

त्यांनी आपल्या जीवनात १०० पेक्षा जास्त पुस्तके लिहिली त्यांनी लघुकथा, कादंबऱ्या व बाल साहित्य लिहिले. त्यांनी महिला, आशियायी समाज, प्रवास, दत्तक मुले आदी अनेक विषयावर लेखनी चालवली व वाचकांना वाचायला भाग पाडले. त्यांच्या साहित्यात जीवनाचं वास्तव लपलेलं सापडलं

६ मार्च १९७३ ला 'डॅंबी' मध्ये त्यांचे निधन झाले.

पामेल एंडरसन

पामेल डेनिस एंडरसनचा जन्म १ जूलै १९४७ ला कॅनडाच्या ब्रिटिश कोलम्बियात झाला. बालपणीच त्या आपल्या आई-वडिलासोबत वॅंकूवरला गेल्या. त्यांनी हाइलॅंड सेकंड्री स्कूलमधून शिक्षण घेतले.

सर्वप्रथम ब्रिटिश कोलम्बिया लॉयन्स फुटबॉल खेळादरम्यान पामेला लोकांच्या नजरेत आल्या. त्यावेळी त्यांची प्रतिमा पूर्ण स्क्रीनवर दाखविण्यात आली. चाहत्यांनी स्वागत केले तर त्यांना फुटबॉलच्या मैदानात बोलावण्यात आले. बॅंकूवरमध्ये आपली ही प्रसिद्धी झालेली पाहूल त्यांनी 'ब्ल्यू जोन गर्ल' बनण्याच्या करारावर हस्ताक्षर केले. काही जाहीरातींनी देखील त्यांना करारबद्ध केले. लवकरच 'प्ले बॉय' चे लक्ष त्यांच्यावर गेलं. ऑक्टोबर १९८९ मध्ये दैनिकात मुखपृष्ठावरच त्यांची छबी छापल्या गेली.

या यशानंतर त्या लॉस एंजलला आल्या. तिथे त्यांनी 'होम इंम्रूव्हमेंट' मध्ये लीजाची भूमिका केली. पूर्ण देशाच्या प्रेक्षकांचे लक्ष त्यांच्यावर होतं. लवकरच त्यांना 'बेवाच' मध्य काम करण्याची संधी मिळली. हि टि.व्ही मालिका चांगलीच लोकप्रिय ठरली. 'रॉ जस्टिस' मधून त्यांनी मोठ्या पडद्यावर पदार्पण केले. १९९४ मध्ये त्यांची भेट मोरले क्रु ड्रमरसोबत झाली. फेब्रुवारी ९५ मध्ये त्यां दोघांनी लग्न करून सर्वांना थक्क करून सोडले. एका चित्रपटाची शूटिंग करीत असताना त्यांचा गर्भपात झाला. परंतु लवकरच त्यांनी एका पुत्राला जन्माला घातले. लवकरच पामेला व टॉमीची पॉरनोग्राफिक व्हिडिओ त्यांच्याच घरातून चोरीला गेला. व्हिडिओ चोरल्याचा आरोप त्यांनी एका इंटरनेट वेबसाइटवर ठेवून खटला चालवला. केसचा निकाल लागला नाही. हा व्हिडिओ आजही नेटवर आहे. एका दिवशी पामेलाच्या पतीने त्यांच्यावर हल्ला केल्यावर त्यांनी त्यांना घटस्फोटाची नोटीस दिलीय. टॉमीला ६ महिन्याची शिक्षा देखील झाली. मापेलाने आपल्या वक्षांची सर्जरी करून सर्वांना पुन्हा एकदा चकित केले आहे. त्या 'व्हि, आई, पी' नावाच्या टी.व्ही शो करीत हात्या परंतु हेपेटाइटिसमुळे शो बंद करावा लागला. त्यांचे म्हणणे आहे की त्यांनी टॅटू काढताना आपल्या माजी पतीने वापरलेली सूई वापरली होती.

नंतर पामेला 'पेटा'मध्ये सहभागी झाल्या आणि प्राण्यांशी संबंधी मुद्यांवर लढत आहेत. पामेला अलिकडे आपल्या मुलाच्या शाळेत शिकवण्याचं काम करीत आहेत तसेच दैनिकांसाठी फोटोग्राफी करतात.

पेरिस हिल्टन

पेरिस हिल्टन यांचा जन्म फेब्रुवारी १९८१ मध्ये न्युयॉर्क या ठिकाणी झाला. त्या हिल्टन कुटुंबात जन्मल्या. त्या आणि त्यांची बहिण निकी उच्चवर्गीय समाजासोबत संबंध ठेवून आहेत.

पेरिस हिल्टनने फिल्म व मॉडलिंग केले आहे. त्यांनी १९५० ची थरारक फिल्म 'हाऊस ऑफ बॉक्स'च्या रिमेकमध्ये ही काम केले. नोव्हेंबर २००३ मध्ये पेरिस हिल्टन त्यावेळी सर्वाच्या आकर्षणाचे केंद्र होते, ज्यावेळी त्यांच्या मित्रांनी त्यांच्यासोबत केलेल्या लैंगिक शोषणाचे व्हिडिओ ऑनलाइन लोकांनी पाहिले.

पेरिस हिल्टन यांनी लोकप्रिय रिॲलिटी टी.व्ही, शो 'द सिंपल लाइफ' मध्येही काम केले आहे. मे २००५ मध्ये माहीत झाले की त्या ग्रीक शिपिंग टाइकूनसोबत लग्न करू लागल्या आहेत परंतु लवकरच त्यांचं लग्न मोडलं.

२००६ मध्ये 'स्टार्स आर ब्लाइंड' रिलीज झाला. हा चित्रपट यू.के मध्ये टॉप १० मध्ये आला. पेरिसला २००७ मध्ये प्लेबॉयने २५ वी सेक्सी महिलेचा दर्जा दिला.

पेरिस हिल्टनला पिऊन गाडी चालवणे व बिगर दिव्याची गाडी चालविण्याच्या गुन्ह्याखाली सजा देखील झाली. सुरूवातीला त्यांना ३० दिवसाची शिक्षा सुनावली पण जजने ती वाढवून ४५ दिवसाची केली. शेवटी २३ व्या दिवशी त्यांना सोडून देण्यात आले.

प्रतिभा देवीसिंह पाटील

भारताची प्रथम राष्ट्रपती, प्रतिभा देवीसिंह पाटीलने २५ जुलै २००७ ला देशाचे १२ वे राष्ट्रपती म्हणून कारभार स्वीकारला. त्या चार लाखापेक्षाही मतानी विजयी झाल्या.

त्यांचा जन्म १९ डिसेंबर १९३० ला महाराष्ट्रतील जळगाव जिल्ह्यात झाला. राष्ट्रपती पद सांभाळण्यापूर्वी त्या ८ नोव्हेंबर २००४ ते २१ जून २००७ पर्यंत राजस्थानच्या गर्व्हनर राहिल्या.

त्यांचे प्राथमीक शिक्षण जळगावच्या आर.आर.विद्यापाठातून झाले. त्यांनी जळगावमधीलच मुलजी जेठा कॉलेजातून राज्यशास्त्र तसेच अर्थशास्त्रात पदवीत्तोर शिक्षण घेतले. मुंबईच्या गव्हर्नमेंट लॉ कॉलेजातून एल.एल.बी. ची डिग्री प्राप्त केली. कॉलेजात असताना, त्या टेबल-टेनिसच्या चांगल्या खेळाडू होत्या.

त्यांनी जळगाव जिल्ह्यातील न्यायालयात वकील म्हणून आपल्या प्रोफेशनला सुरूवात केली. सोबतच सामाजीक कार्ये तसेच स्त्रीयांच्या जीवनात बदल व्हावा म्हणूनही काम करू लागल्या.

वयाच्या २७ व्या वर्षी त्यांनी जळगाव विधानसभा क्षेत्रात पहिली निवडणूक जिंकली. त्या एदलाबादमधून एकसारख्या चार वेळा आमदार एम.एल.ए म्हणून निवडून आल्या नंतर त्या राज्यसभेवर गेल्या. अमरावती मतदार संघातून राज्यसभेच्या सदस्या म्हणून नियुक्त झाल्या. त्या आजपर्यंत एकाही निवडणूकीत पराभूत झाल्या नाहीत.

त्या आपल्या दीर्घकालीन सार्वजनीक जीवनात अनेक प्रतिष्ठित संस्थासोबत संबंधीत राहिल्या. १९८२ ते १९८५ पर्यंत महाराष्ट्र राज्य जल प्रदूषण नियंत्रण बोर्डाच्या सभापती राहिल्या. त्या १९८८ ते १९९० पर्यंत महाराष्ट्र प्रदेश कॉंग्रेस कमिटीच्या अध्यक्ष देखील राहिल्या.

त्यांनी स्त्रीया, गरीब वर्ग तसेच मुलांच्या उत्थानासाठी कार्य केले. अनेक संस्था सुरू केल्या. मुंबई तसेच दिल्लीत कामगार स्त्रियांसाठी हॉस्टेल उघडले. इंजिनिअरिंग कॉलेज (ग्रामीण तरूणांसाठी), महिला विकासासाठी श्रम साधना ट्रस्ट, गरीब विद्यार्थ्यासाठी विद्यालय व अमरावतीचे कृषी विज्ञान केंद्र असे काही प्रयत्न.

त्यांचा विवाह डॉ.देवीसिंह रामसिंह शेखावत यांच्यासोबत झाला. ते एक शिक्षणतज्ज्ञ तसेच समाजसेवक आहेत. ते पण अमरावती मतदार संघातून एम.एल.ए. राहिलेले आहेत.

महामहिम राष्ट्रपतीने सांगितले आहे की ‘राष्ट्रपती होऊन काहीतरी करून दाखवू, केवळ रबर स्टॉंप राष्ट्रपती होणार नाहीत आणि तसे करण्यात कोठेही कसूर ठेवला नाही.

प्रियंका चोपडा

मिस वर्ल्ड चा पुरस्कार मिळवणाऱ्या, प्रियंका चोपडांचा जन्म १८ जुलै १९८२ ला झाला. कॅप्टन डॉ.अशोक चोपडा डॉ. मधु चोपडांच्या त्या कन्या आहेत.

प्रियंकाचे कुटुंब आर्मीत होते म्हणून वेळोवेळी बदल्या होत असत. प्रियंकाला देशभर फिरण्याची संधी मिळाली. त्यांना देशातील विविधता पहायला मिळाली. त्या लखनौच्या लॉ मार्टिनियर गर्ल्स कॉलेज व बरेलीच्या मारिया

गोर्टी कॉलेजच्या त्या निवासी विद्यार्थी राहिल्या. बोस्टनमधून दहावी पास केल्यानंतर प्रियंकाला इंजिनिअर किंवा गुन्हेगारीचे मानसतज्ज्ञ होण्याची इच्छा होती.

मॉडलिंगमध्ये आवड निर्माण झाल्यावर त्यांनी मिस वर्ल्ड होण्याचे ठरविले. भारतात आल्यावर फेमिना मिस इंडिया स्पर्धेत भाग घेतला आणि नंतर मिस वर्ल्ड स्पर्धेत. अशारितीने त्यांचे जीवनच बदलून गेले. आईने त्यांना नेहमीच प्रात्साहन दिले.

प्रियंका फारच गोंडस, भोळी आणि जमिनीवर पाय असलेली मुलगी आहे. त्यांना भारतीय नृत्य-संगीतात आवड आहे. कविता, लघुकथा लिहिणे यांची जन्मजात प्रवृत्ती आहे तसेच पुस्तके व थिएटर, नृत्य-संगीतासोबत त्यांनी भाषेवर असामन्य प्रभुत्व असल्यामुळे त्यांना अनेक पुरस्कार मिळले. त्यांना परराष्ट्रात शिकत असताना राज्य पातळीवर 'नॅशनल ओपन ऑनर चॉयर' साठी निवडल्या गेले.

मुंबईत तीन महिन्यापर्यंत अभिनयाचे प्रशिक्षण घेतल्यानंतर त्यांनी चित्रपट क्षेत्रात पाय ठेवला. तामिळी फिल्म स्टार विजयसोबत काम केले. नंतर त्या द हिरो, लव्ह स्टोरी ऑफ स्पाईमध्ये आल्या. ते काही चालले नाहीत. फिल्म 'अंदाज' (२००३) ने त्यांना पहिला फिल्मफेअर पुरस्कार मिळाला. 'ऐतराज' व मुझसे शादी करोगी' ने त्यांना बॉलीवुडची सर्वश्रेष्ठ अभिनेत्री बनवलं.

त्यांनी 'वक्त', 'ब्लफ मास्टर', 'क्रिश' व 'डॉन'सारखे चित्रपट दिले. यानंतरही त्यांचे अनेक चित्रपट आले. ज्यांनी बॉक्स ऑफिसवर खळबळ माजवली.

अलिकडे त्या चित्रपट क्षेत्रात सर्वश्रेष्ठ अभिनेत्रीपैकी आहेत.

फारिया आलम

फारिया आलमचा जन्म १९६६ मध्ये बांग्लादेशाची राजधानी ढाका येथे झाला. वयाच्या तिसऱ्या वर्षी इंग्लडला आल्या. त्यांचं कुटुंब सारख्या जागा बदलत राहिलं. परंतु त्यांचा जास्तीचा वेळ उत्तर-पूर्वमध्येच गेला.

त्या किशोर अवस्थेत आल्यावर आईने त्यांना बांग्लादेशात आणले व त्यांचा विवाह ठरवला. आलम त्यांना सोडून इंग्लडला आल्या.

त्यांच्या आई-वडिलात काडीमोड झाल्यावर त्यांची आई अमेरिकत गेल्या. १९९७ मध्ये वडिलांचा मृत्यू झाल्यावर आलम एकटी पडली.

२ ० ० ३ मध्ये फारिया आलम. डेविड डेविसची पी.ए. म्हणून एफ.ए.सोबत काम करू लागल्या. लवकरच मार्क पॅलिओससोबत त्यांचं प्रेम प्रकरण सुरू झालं. इंग्लडचे मॅनेजर स्टॉन-गोरान एरिक्सनसोबतही त्यांचे संबंध होते.

आलमने एफ.ए.वर लैंगिक शोषण, नोकरीवरून काढून टाकणे व कॉन्ट्रॅक्ट तोडल्याचा आरोप लावला, ज्याला एका व्यावसायीक ट्रिब्यूनलने रद्द ठरविले.

'बिग ब्रदर' मध्ये जाण्यापूर्वी फारियाने आपल्या प्रशासकीय अनुभावाच्या जोरावर, अमेरिकेत फॅशनसाठी ऑफीस उघडले होते.

त्या शोमधून बाहेर काढलेली ती दुसरी व्यक्ति होती. फेब्रुवारी २ ० ० ७ मध्ये फातिमावर एक लेख प्रकाशीत झाला, ज्यात लिहिले होते की त्या पैशासाठी कोणत्याही पातळीवर जावू शकतात.

फारिया आलमने कॉमिडी थ्रिलर, 'कॅश अँड करी' मध्ये लक्ष्मीची भूमिका केली आहे.

फ्लोरेन्स नाइटिंगेल

फ्लोरेन्स नाइटिंगेल यांचा जन्म १ २ मे १ ८ २ ० ला झाला. त्यांना त्यांचे वडील व गव्हर्नसने ग्रीक, लॅटीन फ्रेंच, जर्मन व इटाली भाषा शिकवली. त्यांनी इतिहास, व्याकरण तसेच तत्त्वज्ञानाचे शिक्षण देखील घेतले. विसाव्या वर्षी त्यांना गणित शिकायचे होते पण आई-वडिलांनी परवानगी दिली नाही. ७ फेब्रुवारी १ ८ ३ ७ ला फ्लोरेन्सला वाटले की ईश्वर त्यांना सांगतो आहे की जीवनात त्यांची काही भूमिका आहे. ती भूमिका समजायला त्यांना अनेक वर्ष लागले.

१ ८ ४ ४पर्यंत फ्लोरेन्सने विवाह करायला नकार दिला. तसेच नर्सिंगला पेशा म्हणून स्वीकारले. ह्या कामाला समाज चांगलं समजत नव्हता.

त्यांनी कॅसवेथमधून जर्मन ट्रेनिंग प्रोग्राम केला. म्हणजे त्यांना नर्स होता येईल. काही काळासाठी त्यांनी पॅरिसच्याजवळ सिस्टर ऑफ मर्सी हॉस्पिटलमध्येही काम केले. त्यांच्या विचाराचा विचार समाज करू लागला. १ ८ ५ ३ मध्ये त्यांना इंस्टिट्यूट फॉर द केअर ऑफ सिक जेंटलवूमन बिनपगारी सुररिटेडेंट बनवले.

क्रिमयन युद्ध सुरू झाल्यावर त्या जखमी पीडीतांची सेवा करायला तुर्कीला जावू लागल्या. एका मित्राने आग्रह केल्यावर अनेक महिलांना त्यांनी नर्स म्हणून सोबत घेतले.

१८५४ ते ५६ पर्यंत त्यांनी तिथेच नर्सिंग काम सांभाळले. हळूहळू त्यांना सेन्याच्या डॉक्टरांची मदत मिळू लागली. 'लंडन टाइम्स' कडूनही चांगले अनुदान मिळू लागले.

लवकरच त्या नर्सिंग ऐवेजी प्रशासनावर लक्ष देवू लागल्या. त्या वार्डसूमध्ये रोग्यांना भेटायला जात आणि नातेवाईकांना पत्र पाठवत, त्यांना 'लेडी विथ द लॅम्प' संबोधण्यात येऊ लागले. हॉस्पीटलमध्ये मरणाऱ्या सैन्याचे प्रमाण ६० वरून २ इतके कमी झाले.

त्यांनी सैन्याच्या आरोग्यासाठी 'रॉयल कमिशन' ची स्थापना करण्यासाठी मदत केली. त्यांनी स्वतः रिपोर्ट तयार करून प्रकाशीत केला. त्या लंडनमधूनच भारतातील साफ-सफाईबद्दल मार्गदर्शन करू लागल्या.

नंतर त्या चांगल्याच आजारी पडल्या. मृत्यूपर्यंत समजले नाही की त्यांना कसला आजार झाला होता. काही लोकांचे म्हणणे होते की आजार केवळ एक बहाणा होता, कारण त्यांना लिहिण्यासाठी पुरेसा वेळ काढायचा होता. स्वइच्छेनं त्या लोकांना भेटू शकत होत्या.

१८६० मध्ये त्यांनी लंडनमध्ये नर्सेससाठी नाइटिंगल स्कूल व होमची स्थापना केली. १८६१ मध्ये त्यांनी नर्सिंगच्या लिव्हरपूल सिस्टमची प्रेरणा दिली, पूढे चालून ती चांगलीच उपयोगी पडली.

एलिझाबेथ ब्लॅकवेल्सन त्यांच्याच मार्गदर्शनाखाली महिला मेडिकल कॉलेज उघडले. १९०१ पर्यंत त्या पूर्णपणे अंध झाल्या होत्या. १९०७ मध्ये त्या ऑर्डर ऑफ मेरिट' चा सन्मान प्राप्त करणाऱ्या पहिल्या महिला ठरल्या.

१३ ऑगस्ट १९१० ला त्या या जागातून निघून गेल्या.

बछेंद्री पाल

बछेंद्री पाल, १९८४ माउंट एव्हरेस्टवर पाय ठेवणारी पहिली भारतीय महिला ठरल्या. त्यांचे वडील एक व्यापारी होते जे खेचर, घोडे, बकरी यांच्यावर पीठ व तांदूळ वाहून आणत. भारत ते तिब्बतमध्ये नेऊन विकत. त्या उत्तरकाशीजवळ राहू लागल्या. त्यांना पाच भावंडे होते. १९५४ मध्ये बछेंद्रीचा जन्म झाला, त्यांना गडवाल हिमाचलच्या प्रदेशात फिरायला आवडे. त्या आपल्या घरच्या लोकांना नेहमी सांगे की त्या एक दिवशी विमानात बसेल आणि एका दिवशी मोठ-मोठ्या लोकांना भेटेल. त्यावेळी त्यांचं वय बारा वर्ष इतकं होतं. ज्यावेळी मूलं पिकनिकच्या

निमित्ताने ४००० मी. चढून वर गेले. रात्र झाल्यामुळे ते खाली येऊ शकले नाही. त्यांना अन्न-पाण्यावाचून ती रात्र तिथेच काढावी लागली.

१३ वर्षीय बछेंद्रीकडून अपेक्षा होती की तिने शाळा सोडून घरच्या कामात मदत करावी. परंतु त्यांनी घरच्यांना घर काम करण्यास नकार देऊन हाइस्कूलपर्यंत शिकू देण्याचा हट्ट धरला .रिकाम्या वेळी त्या शिलाई मशीन काम करून पैसे कमावत. मुख्यधापकाच्या आग्रहास्तव त्यांना कॉलेजामध्ये पाठविण्यात आले. जिथे त्यांनी एका मुला-मुलींना रायफल शूटिंग व इतर स्पर्धेत पराभूत केले.

बछेंद्री पालने बी.ए. पास करून संपूर्ण गावाला चकित केले. त्यांनी संस्कृतमध्ये एम.ए. तसेच बी.एड.ची डिग्री पण घेतली. परंतु फारच कमी पगारची नोकरी वाट्याला आली. त्यांनी नेहरू पर्वतारोहण संस्थेत कोर्ससाठी अर्ज केला. या कोर्समधून त्यांना श्रेष्ठ विद्यार्थी म्हणून निवडण्यात आले.

ॲडव्हान्स कॅंपमध्ये त्या गंगोत्री (१६.६७२मी) तसेच रूद्रगैरापर्यंत गेल्या. नॅशनल ॲडव्हेंचर फाउंडेशनच्या संचालिका ब्रिगेडियर ज्ञान सिंह त्यांचे कोच बनले. त्यांनी बछिंद्रीला नोकरी पण दिली. यामुळे कुटुंबाचा आर्थिक ताण कमी झाला. १९८४ पर्यंत चार स्त्रींयाच माउंट एव्हरेस्टपर्यंत पाहचू शकल्या होत्या. १९८४ च्या तुकडीमध्ये सात स्त्रीया व आकरा पुरूष होते. हिमस्स्खलन, जखमा व अनेक अडचणींचा सामना करीत त्या २७ मे १९८४ ला 'सागरमाथा' पर्यंत जावू शकल्या.

त्यानंतर त्यांनी एव्हरेस्टपर्यंत महिला पर्वतारोही तुकडीचे तसेच हरिद्वारपासून कलकत्याच्या महिला राफ्टिंग तुकडीचे नेतृत्व केले. अलिकडे त्या टाटा स्टील ॲडव्हेंचर फाउंडेशनमध्ये डिप्टी डिव्हिजनल मॅनेजर या पदावर कार्यरत आहेत.

बारबरा बुश

बारबरा बुश यांचा जन्म ८ जून १९२५ ला न्यूयॉर्कच्या राईमध्ये झाला. त्यांचे वडील मारविन पायरस मॅकौल पब्लिशिंग कंपनीत चेअरमन होते जे मेकॉल्स व रेडबुक सारखी मासिकं प्रकाशीत करीत होते. त्या राष्ट्रपती फ्रॅंकलीनच्या दूरच्या नातेवाईक होत्या. त्या २४ वर्षाच्या असतानाच एका कार अपघातामध्ये त्यांच्या आईचा मृत्यू झाला. त्यांचे छोटे बंधू स्कॉर पायरस एक फायनान्स कंपनीत कार्यकारी होते.

बारबराने आपले प्राथमीक शिक्षण पूर्ण केल्यावर ॲशले हॉलच्या बोर्डींग स्कूलमधून आपले शिक्षण पूर्ण केले. १७ वर्षीय बारबरा, डान्सच्या दरम्यान फिलिप्स अकादमीत जॉर्ज एम.डब्ल्यू बुश यांना भेटल्या. त्यांचे लग्न जमले. बुश दुसऱ्या महायुद्धात नेव्हीचे बॉम्बर पायलट होते. बारबारा स्मिर्थ कॉलेजात शिकत होत्या. परंतु जॉर्ज १९४५ मध्ये सुट्टीवर आले तर त्यांनी दोन आठवड्यांनी लग्नच करून टाकले.

त्यांना सात मुले झाली. एक मुलगी ल्यूकीमिया आजाराने गेली. जॉर्जने मिलट्री सोडली आणि नंतर तेलाचा व्यावसाय, सरकार आणि राजकारणात प्रवेश केला. कुटुंबाने आगामी वर्षात १७ विभिन्न शहरात २९ घरे बदलली. बारबरा अपल्या एका अपंग मुलाच्या देखरेखीतच व्यस्त राहिल्या.

त्यांचे पती ज्यावेळी अमेरिकेचे राष्ट्रपती बनले, त्यावेळी साक्षरतेच्या मुद्यावर लक्ष केंद्रित केले. फर्स्ट लेडी बनल्यावर देखील त्यांनी त्यांची प्रतिमा कायम ठेवली. त्यांनी रिडिंग इज फंडामेंटल' या संस्थेसाठी काम केल. कौटोंबिक साक्षरतेसाठी बारबरा बुश फाउंडेशनची स्थापना केली.

बारबराने अनेक संस्थाना दान दिले व परेपकारात व्यस्त राहिल्या. १९८४ व १९९० मध्ये त्यांनी 'ई फ्रेंडस स्टोरी' व 'मिलिज बुश' सारखी पुस्तके पण लिहिली. ज्यामधून आलेली रक्कम त्यांनी त्यांच्या साक्षरता अभियानाला दिली.

त्या ल्यूकीमिया सोसायटीच्या मानद सभापती देखील राहिल्या.

बिली जीन किंग

बिली जीन किंग यांचा जन्म २२ नोव्हेंबर १९४३ ला लाँग वीचे, कॅलिफोर्नियात झाला. त्यांचे वडील एक अग्नी रोधक कर्मचारी होते तसेच आई एक गृहणी होत्या.

बिलीने वयाच्या पंधराव्या वर्षीच अमेरिकी चॅंपियनशीपमध्ये पहिला ग्रॅंडस्लॅम खेळला. १९६४ ला त्यांनी ठरविले की त्या टेनिसवरच पूर्ण लक्ष केंद्रित करतील. त्यांनी सहा टूर्नामिंट जिंकल्या व अमेरिकेच्या प्रथम क्रमांकाच्या टेनिस खेळाडूचा पुरस्कार देखील मिळवला.

१९६६ मध्ये त्यांनी पहिल्या पाच करिअर मॅचमध्ये डोरोथी 'डोडो' पराभूत केले. त्यानंतर साऊथ अफ्रिकेच्या टेनिस चॅंपियनशीपमध्ये मार्ग्रेट स्मिथ कोर्टवर विजय मिळवला. विम्बलंडनचा पहिला एकेरी सामना व

पहिल्या बारा ग्रँड स्लॅम एकेरीसह त्यांनी यशाची नवी चव चाखली. १९६६ ते १९७५ च्या दरम्यान किंग ३९ पैकी ३२ ग्रॅन्ड स्लॅम सामने जिंकले होते. त्यांनी आपल्या जीवनात करिअरचे १२९ एकेरी सामन्यात ९७ सामने जिंकले. त्या अनेकदा पहिल्या, दुसऱ्या व तिसऱ्या स्थानी राहिल्या.

१९७६ मध्ये त्यांनी पाच फेडरेशन कप एकेरी मॅच जिंकले. पुढील वर्षी त्यांनी रिनी रिवडर्सला पराभूत करून लायोनल कप टूर्नमिंट जिंकला. १९७८ मध्ये त्यांनी नवलातिलोवासोबत मिळून यू.एस. ओपनमध्ये वूमन दुहेरी सामना जिंकला. पुढच्या वर्षी अगदी हाच सामना त्यांनी जिंकला.

१९८० मध्ये किंगने नवरातिलोव्हाला पराभूत करून हॉस्टन टूर्नमिंट जिंकला. १९८२ मध्ये त्या विम्बलंडनच्या सर्वात जुन्या महिला उपविजेत्या 'सेमिफाइनलिस्ट' बनल्या. पुढील वर्षाच्या शेवटापर्यंत त्यांनी एकेरी सामन्यातून सन्यास घेतला. मार्च १९९० मध्ये त्यांनी दुहेरी सामन्यातून ही सन्यास घेतला.

त्यांनी टेनिसला व्यावसायिक स्तरावर आणले. त्यांनी स्त्री व पुरूषाच्या खेळाला समान मानधन देण्याची मागणी केली. यू.एस. ओपन (१९७२) मध्ये पुरूष स्पर्धेत कमी मानधन मिळाल्यावर त्या म्हणाल्या की हा भेदभाव नाहीसा नाही झाल्यास त्या पुढच्या वर्षी खेळणार नाहीत. १९७३ मध्ये त्यांची मागणी पूर्ण झाली. त्यांनी १९७० च्या दशकात पहिला व्यावसायीक महिला टेनिस टूर (व्हर्जिनिया सिंगल्स) ला देखील आपले समर्थन दिले.

ब्रिटनी स्पीअर्स

ब्रिटनी त्यावेळी केवळ १७ वर्षाच्या होत्या ज्यावेळी त्यांनी आपला अल्बम 'बेबी मोर टाइम' मुळे पहिल्या स्थानावर आल्या. त्या अमेरिकेच्या श्रेष्ठ पाच स्टारपैकी आहेत. त्यांची मदमस्त संगीत आणि अदा डोळ्यांचं पारणे फेडतात. मिस.टी.व्ही. रेडीओ प्रसारण व दैनिकात यांच्या बातम्या नेहमी असतात.

मे २००० मध्ये त्यांचा दुसरा अल्बम 'उप्स' आई डिड इट अगेन' आला. तो पहिल्याच आठवड्यात गोल्डच्या श्रेणीत आला. २००३ म ध्ये त्यांचा तिसरा अल्बम 'इन द जोन' बाहेर आला. पण तोपर्यंत त्यांचे खाजगी जीवन अधिकच वादग्रस्त ठरलं होतं.

३ जानेवारी २००४ ला त्यांनी त्यांचे बालपणीचे मित्र जॅसन अलेक्झाडंरयांच्याशी विवाह केली आणि त्याच दिवशी विवाह मोडलाही. नंतर ब्रिटनीचा विवाह एक व्यावसायीक नर्तक केव्हिन फेडरलाइनसोबत झाला. त्यांना दोन अपत्ये झाली. पण ४ नोव्हेंबर २००६ मध्ये ब्रिटनीने घटस्फोटासाठी अर्ज केजा. २००७ मध्ये त्या आपल्या डोक्याचे मुंडन करणे, नशामुक्ती केंद्रात जाणे, कोर्टात दुर्व्यवहार करणे व मुलांचे संगोपन न करणे याबद्दल त्या चर्चेत राहिल्या.

त्यांनी दीर्घ काळांनतर आपला पाचवा सोलो अल्बम 'ब्लॅकआऊट' रिलीज केला. १९९३ व १९९४ मध्ये त्यांना मिकी माऊस क्लबसाठी निवडण्यात आले.
२००२ मध्ये त्यांनी 'क्रॉसरोडस्' फिल्ममध्ये काम केले, ज्यामध्ये त्यांच्या बालपणीची भूमिका त्यांच्या धाकट्या बहिणीने केली.

बेनजीर भुट्टो

पाकिस्तानची प्रथम पंतप्रधान बेनझीर भुट्टोंचा जन्म कराची पाकिस्तानच्या एका प्रतिष्ठित राजकीय कुटुंबात झाला. १६ वर्षाच्या वयात त्या शिक्षणासाठी हार्वर्डच्या रेडक्लिफ कॉलेजात गेल्या. १९७७ मध्ये त्यांनी ऑक्सफोर्ड विद्यापीठातून दुसरी डिग्री प्राप्त केली.

जेव्हा त्या पाकिस्तानात परतल्या, त्यांचे वडील जुल्फीकार अली भुट्टो पंतप्रधान झाले होते. परंतु लष्कराने सत्ता ताब्यात घेतल्यावर त्यांना बंदी करण्यात आले. १९७९ मध्ये जलाल आणि जिया उल हकने त्यांना फासावर लटकावले. भुट्टोला देखील अनेकदा बंदी करण्यात आले. आणि देशातून बाहेर जाण्याचा आदेश देण्यात आला. त्या लंडनमध्ये राहू लागल्या परंतु त्यांनी व त्यांच्या दोन बंधूनी मिळून एक भूमिगत संघटना चालवली. सैन्याच्या हुकूमशाहीला आळा घालणे हा त्यांचा उद्देश होता. बंधूचा मृत्यू झाल्यावर त्या पकिस्तानात आल्या तर त्यांना पुन्हा कैद करण्यात आले. मुक्त झाल्यावर त्या लंडनला गेल्या. त्या वर्षाच्या शेवटी मेरिटल लॉ हटवण्यात आला. जिया विरोधी निदर्शने होऊ लागली. एप्रिल १९८६ मध्ये त्या पाकिस्तानात परतल्या. लोकांनी त्यांचे स्वागत केले. त्यांनी सांगितले की जनरलने राजीनामा द्यायला हवा.

त्या पाकिस्तान पीपल्स पार्टीत आपली आई नुसरत भुट्टोसोबत सहभागी म्हणून निवडल्या गेल्या. १९८६ च्या निवडणूकीत त्या पंतप्रधान बनल्या. पहिल्या इस्लामी देशाच्या पंतप्रधान

म्हणून त्यांना संबोधण्यात आलं. कार्यकाळातील दोन वर्षातच राष्ट्रपती गुलाम ईसाक खानने त्यांना ऑफीसमधून काढून दिले. त्यांनी भ्रष्टाचार विरोधी अभियान चालवले तसेच १९९३ मध्ये पुन्हा त्या पंतप्रधान बनल्या. त्यांनी ग्रामीण भागात शाळा सुरू केल्या तसेच विजेची समस्या दूर केली. त्यांनी पाकिस्तानला आधुनिक करण्याचा प्रयत्न कायम ठेवला.

सोबतच त्यांना इस्लामी कट्टरपंथियाचा विरोध देखील सहन करावा लागला. त्याच काळात बेनझीरचे बंधू मीर मुर्तजाने त्यांच्या पतीवर म्हणले आसिफ आली झरदारीवर भ्रष्टाचाराचे आरोप लावले आणि कराची पोलिसासोबत झालेल्या झटापटीत मारल्या गेले. पाकिस्तानी जनता हे सगळं पाहून त्रस्त झाली. झरदारी यांच्यावर लावण्यात आलेल्या आरोपांना खरे समजण्यात येऊ लागले.

नंतर परिस्थिती इतकी बदलली की बेनझीरला पद सोडावे लागले. पतीला कैद करण्यात आले आणि त्यांना देश सोडून जायला विवश केले. पूर्ण नऊ वर्षापर्यंत ते त्या आपल्या लेकरा-बाळासह लंडनमध्ये राहिल्या. तसेच पाकिस्तानला पुन्हा लोकशाही देण्यासाठी प्रयत्नरत राहिल्या. २००७ मध्ये त्यांना कंट्टपंथीयाकडून धमक्या मिळू लागल्या. मग त्या मायदेशी आल्या. जनतेने त्यांचे मनमोकळयापणाने स्वागत केले परंतु काही मिनिटातच एका आत्मघाती मानवी बॉम्बने त्यांच्यावर हल्ला केला. त्या वाचल्या पण जवळचे १०० समर्थक ठार झाले.

जानेवारी २००८ मध्ये होणाऱ्या निवडणूकीत त्यांच्या पक्षाचा विजय निश्चितच होता. त्या पुन्हा पंतप्रधान बनल्या असत्या. निवडणूकीच्या काही आठवडे अगोदर, त्यांच्यावर दुसरा हल्ला झाला. रावळपिंडीच्या निवडणूक अभियानात त्यांच्यावर एका बंदुकधाऱ्यानं कारवर गोळीबार केला, नंतर बॉम्बने जवळच्या वीस लोकांचा जीव घेतला. बेनझीर यांना हॉस्पीटलमध्ये दाखल करण्यात आले, तिथेच त्यांचा प्राण अंनतात विलिन झाला.

बॅटी नॉस्मिथ ग्राहम

बॅटी नॅस्मिथ ग्राहमचा जन्म १९२४ मध्ये टेक्सासच्या 'डलास' मध्ये झाला. त्यांनी हाइस्कूलनंतर सेक्रेट्रियल स्कूलमध्ये प्रवेश घेतला. १९५१ पर्यंत त्या टेक्सास बँक अँड ट्रस्ट बोर्डच्या चेअरमनच्या एक्झीक्यूटिव्ह सिक्रेटरी पदापर्यंत पोहोचल्या. याच काळात बॅटी व बँकच्या इतर कर्मचाऱ्यांना आई.बी.एम. इलेक्ट्रीक टाइमराइटरमुळे परेशानी होऊ लागली.

छोट्या-छोट्या चुकांसाठी त्यांना पूर्ण पान पुन्हा टाइप करावे लागत होते. बॅटीने यावर काही उपाय शोधावा

असे ठरविले. त्यांना माहित नव्हतं की ह्या एकाच गोष्टीचा शोध घेण्याने त्यांची गणना २० व्या शतकातील महिला संशोधकात होईल.

बॅटीने सुट्यांमध्ये पाहिले की बँकच्या खिडक्यांना पेंट करणारे पेंटर, काही चूक झाल्यावर, संपूर्ण खिडकीला पुन्हा पेंट न करता त्यावर दुसरा रंग लावतात. बॅटीने हेच तंत्र वापरत टाइपिंगच्या चुका लपवण्यासाठी पांढऱ्या रंगाचा पेंट बनवला.

दुसऱ्या सेंक्रेटरीने ही कमाल पाहिल्यावर ते देखील पेंट मागू लागले. १९५६ मध्ये बॅटीने आपले उत्पादन 'मिस्टेक आऊट' चा पहिला बॅच विकला. नंतर त्या आपल्या घरी या उत्पादनावर काम करू लागल्या. त्यांचा मुलगा माइकल व त्याच्या मित्राने मदत केली.

बॅटी आपल्या उत्पादनाला विभिन्न रसायनाच्या मदतीने त्यात सुधारणा करत राहिल्या. १९५८ मध्ये उत्पादनाला 'लिक्विड पेपर' असे नवे नाव दिले. बॅटीने त्याच वर्षी पेंटट आणि ट्रेडमार्कसाठी अर्ज केला.

त्यांच्या लिक्वड पेपर कंपनीत आपले कॉर्पोरेट हेडक्वार्टर व आटोमेटिड प्रडक्शन प्लांट होते. १९९० मध्ये त्यांनी आपल्या मृत्यूपर्यंत जवळ-जवळ चार वर्षापूर्वी आपली कंपनी जिलेट कार्पोरेशन विकून टाकली.

मदर टेरेसा

मानवतेची सेवा करणारी संत टेरेसा अलबेनियाची एक कर्थोलिक नन होत्या. त्यांनी भारत, कलकत्त्यात 'मिशनरीज ऑफ चॅरिटी' ची स्थापना केली. संपूर्ण जगात त्यांच्या या मानवतावादी कार्याचे कौतूक झाले. त्यासाठी त्यांना नोबेल देवून सन्मानीत करण्यात आले.

त्यांना 'एग्नेस गोंजा' म्हणण्यात येई. त्यांचा जन्म २७ ऑगस्ट १९१० मध्ये मकदुनियेत झाला. १२ वर्षीय एग्नेसने नन होण्याचा निर्णय घेतला. त्यांना कोणी नकार दिला नाही. त्या १८ वर्षाच्या वयातच आयरिश समुदायाची नन्स सिस्टर्स ऑफ लॉरैटोसोबत भारतात आल्या.

१९३१ ते १९४८ पर्यंत कलकत्त्याच्या सेंट मेरी शाळेत शिक्षण घेतले. शाळेत जाता-येताना त्या नेहमी झोपडपट्टीत राहाणाऱ्या गरिबांना पाहून द्रवित होत. १९४८ मध्ये त्यांनी ठरविले

की त्या अभ्यास करण्यापेक्षा सस्त्यावर असहाय, मरणासन्न भिकाऱ्यांची सेवा करतील. प्रथम त्यांनी मेडिकलचा कोर्स केला. नंतर गरीब मुलांसाठी शाळा उघडली, चर्च संघटन व नगरपालिका देखील मदतीला समोर आली. अनेक मुली पण त्यांना मदत करायला पुढे आल्या. अशा तऱ्हेने त्यांची संस्था 'मिशनरीज ऑफ चॅरिटी' ची स्थापना झाली. व्हेटिकनची देखील त्यांना आज्ञा मिळाली.

संस्थेच्या सर्व सिस्टर रोग्यांच्या जखमा स्वच्छ करत. त्यांना स्वतःच्या हाताने खाऊ घाली. शिशु सदनात अनाथ मुलांना पालन-पोषण करत. त्या सिस्टरच त्यांची आई असत. मदर लोकांच्या घरून भोजन आणि औषध एकत्र करीत. हळूहळू त्यांची संस्था वाढू लागली आणि आज जगाच्या देशात त्यांची संस्था अपंग, वृद्ध, गरीब, बेघर व नैसर्गीक संकटग्रस्त लोकांची सेवा करीत आहेत. त्यांना जगण्याचा नवा मार्ग दाखवत आहेत.

मदरला या कार्यासाठी पोप जॉन शांतता पुरस्कार, अंतरराष्ट्रीय शांतता व नेहरू पुरस्कार, बालसंगोपन पुरस्कार व भारतरत्न आदी देवून सन्मानीत करण्यात आले.

५ सप्टेंबर १९९७ मध्ये मदरचे निधन झाले. सन २००२ मध्ये एका स्त्रीने मदरच्या चमत्काराच्या संदर्भात व्हॅटीकनला माहीती दिली. तिची माहीती खरी असल्याचे आढळून आले. पॉप जॉन पाल द्वितीयने मदरला 'ब्लेस्ट टेरेसा ऑफ कलकत्ता' हा पुरस्कार दिला.

मदर एक खऱ्या मानवतावादी होत्या. त्या स्वतःच्या दुःखाला विसरून इतरांची सेवा करण्यालाच खरा धर्म समजत असत.

मधुबाला

मुमताज जहाॅं बेगम देहलवींचा जन्म १४ फेब्रुवारी १९३३ ला झाला. ह्या त्याच अभिनेत्री आहेत ज्यांना आपण 'मधुबाला' या नावाने ओळखतो. त्यांनी बालपणीच ठरवले होते की त्या चित्रपट अभिनेत्री बनतील. वडील बेरोजगार होते म्हणून त्यांना मुंबईला आणले. कामाच्या शोधात त्यांचं एक वर्ष गेलं. तशातच मधुला 'बसंत' या चित्रपटात बाल कलाकार म्हणून निवडण्यात आलं. देविका राणि त्यांना पाहून खूश झाल्या व त्यांचं नाव 'मधुबाला' ठेवलं. 'ज्वारभाटा' त त्यांना दिलीपकुमारसोबत काम करायचं होतं. त्या चित्रपटात काम तर करू शकल्या नाहीत पण त्यांनी प्रथमच दिलीप कुमारला पाहिले.

वयाच्या सोळाव्या वर्षीच मधुबालाची प्रसिद्धी वाढू लागली. ऱ्हदयरोगाबद्दल समजले. त्या काळात ऱ्हदयाचे ऑपरेशन होत नव्हते. त्यांच्या आजाराला अनेक वर्ष चित्रपट दुनियेतून लपवण्यात आलं.

मधुबालाचा स्वभाव चेष्टेखोर होता तसेच त्यांना हसण्याचा-हसविण्याचा खूप नाद होता. हॉलीवूड चित्रपटामधून त्या नव्या नव्या अदा शिकत. इंग्रजी शिकण्यासाठी त्यांनी शिक्षक देखील ठेवला होता.

'मुगल-ए-आजम' व 'चलती का नाम गाडी' या दोन चित्रपटांना प्रेक्षक आजही विसरला नाही. प्रसिद्ध गायक आणि अभिनेता किशोरसोबत त्यांनी विवाह केला.

त्यांच्या ग्लॅमरचा व प्रतिभेचा पूर्णपणे उपयोग नाही होऊ शकला. तरीपण काही चित्रपटांमधून त्यांनी उत्तम अभिनय केला. डॉक्टराने त्यांना सांगितले होते की, त्यांचे आयुष्य फार कमी आहे. परंतु कुटुंबाला मदत करण्यासाठी त्या शेवटपर्यंत काम करीत राहिल्या. २३ फेब्रुवारी १९६९ला वयाच्या ३६ व्या वर्षी त्यांनी या जगाचा निरोप घेतला.

मर्लिन मुनरो

मर्लिन मुनरो यांचा जन्म १ जून १९२६ ला लॉस एजेल्समध्ये झाला. त्यावेळी त्यांना नोरमा जीन मॉरॅटेंसन या नावाने ओळखल्या जात होते. मानसिक संतुलन बिघडलेल्या त्यांच्या आईने त्यांना पालन-पोषणासाठी दुसरीकडे पाठवले व मनोसोपचारतज्ज्ञाकडून स्वतःचा ईलाज करीत राहिल्या. त्या अधून-मधून नोरमाला भेटायला येत. वयाच्या सोळाव्या वर्षी नोरमाने अशा व्यक्तीसोबत विवाह केला ज्याला ती 'डॅडी' म्हणत असे. त्यांचे पती सैन्यात भरती झाले, त्यांचा जास्तीचा वेळ तिथेच जावू लागला, त्याच दरम्यान नोरमाने मॉडलिंगमध्ये आपले करिअर सुरू केले. १९४६ मध्ये दोघांची काडीमोड झाली. त्याच वर्षी २० सेंच्युरी फॉक्समध्ये बेन लयॉनने त्यांच्यासमोर एक प्रस्ताव ठेवला त्या मर्लिन मुनरो बनल्या.

मर्लिन मिलर आणि आपल्या आजीच्या प्रोत्साहनाने मर्लिन मोठ्या पडद्यावर गेल्या. 'द एसफाल्ट जंगल' त्यांच्या लहानशा भूमिकेनेच खळबळ माजवून दिली. हॉलीवूडच्या रंगीन पडद्यावरील

देवीला डोक्यावर घेतले फॉक्सने त्यांना 'नियाग्रा' (१९५३) व 'जेंटलमन प्रेफर ब्लॉन्ड्स' मध्येही घेतले. त्याच वर्षाच्या प्लेबाय दैनिकाच्या मुखपत्रावर त्यांची छबी छापून आली आणि सेक्स सिम्बॉल स्टारडमचा जन्म झाला.

१९५४ मध्ये त्यांनी बेस बॉलचे खेळाडू जो डिमोगिओसोबत नऊ महिन्यासाठी विवाह केला. १९५५ मध्ये 'द सेव्हन इअर इच' मध्ये काम केले. त्यांनी आपली सेक्सी इमेज बाजूला ठेवून काही गंभीर भूमिका पण केल्या.

त्यांना मूल हवं होतं पण दोन्हीवेळा गर्भपातच झाला आणि ऑपरेशन देखील फेल ठरले. पतीच्या सांगण्यानुसार त्यांनी आणखी एका चित्रपटात काम केले परंतु थकव्यातून बाहेर आल्या नाहीत. त्या एका फ्रेंच नायकाच्या प्रेमात पडल्या आणि १९६१ मध्ये त्यांना सोडून दिले.

त्याच वर्षी त्या एका शेवटच्या चित्रपटात काम केले. सेटवर उशीरा जाणे, ड्रग्स घेणे, यामुळे त्यांना चित्रपटात काम मिळाले नाही.

२६ मे १९६२ ला त्यांनी राष्ट्रपती केनेडीच्या वाढदिवसानिमित्त प्रसिद्ध गीत 'हॅप्पी बर्थ डे' गायले. त्यानंतर तिसऱ्याच महिन्यात त्या त्यांच्याच घरात मृत आढळल्या. ड्रग्सचा ओव्हर डोस घेऊन त्यांनी आत्महत्या केली होती.

महादेवी वर्मा

महादेवी वर्मांना हिंदी साहित्यात कोणी ओळखत नाही असा माणूस सापडणार नाही. त्यांना आधुनिक काळातल्या 'मीरा' देखील म्हणण्यात येते. त्यांनी प्रतिमावादी काव्य प्रकाराला प्रोत्साहीत केले. त्या अशा कविता होत्या, ज्यात कवितेच्या माध्यमातून रोमान्सवाद झळकत होता. महादेवीजींना त्यांच्या काव्य निर्मितीबद्दल १९८२ सालचा ज्ञानपीठ पुरस्कार देवून सन्मानीत करण्यात आले.

त्यांचा जन्म १९०७ मध्ये उत्तरप्रदेशाच्या फर्रूखाबाद जिल्ह्यात, वकिलाच्या कुटुंबत झाला. जबलपुर (मध्यप्रदेश) मधून शिक्षण घेतल्यानंतर महादेवीजींचा विवाह झाला. त्यावेळी त्यांचं वय अवघे ८-९ वर्षाचे होते. त्यांचे पती डॉ.स्वरूप नारायण वर्मा लखनौत शिक्षण घेत होते. म्हणून त्या माहेरीच राहिल्या. याच दरम्यान महादेवीने इलाहाबाद विद्यापीठातून संस्कृतीमध्ये पदवीत्तोर शिक्षण घेतले.

टमकोईच्या शाही कुटुंबात पतीला भेटण्याची थोडी संधी मिळाली. नंतर इलाहाबादला आल्या. तिथे त्यांची साहित्याबद्दलची रूची वाढू लागली. वर्ष १९६६ मध्ये पती निधनानंतर महादेवी कायमच्या इलाहाबादमध्येच राहू लागल्या. त्या बौद्ध तत्त्वज्ञानाने प्रभावीत होत्या तसेच त्यांना बौद्ध भिक्षुणी बनायचे होते परंतु इलाहाबाद महिला विद्यापीठाची मुख्याध्यापिका बनल्यावर त्यांच्या जीवनाला नवीनच वळण लागले.

'दीपशिखा' या कवितासंग्रहाद्वारे त्यांनी हिंदी साहित्यात पाय ठेवला. त्यांच्या कवितामधून रहस्यवाद ओसंडत होता. त्यांनी प्रतिमावादी काव्यप्रकाराला पुढे चालवत आपला काव्यप्रवास केला. कवितांसाठी लागणारी रेखाचित्र त्या स्वतःच काढीत. प्रसिद्ध हिंदी मासिक पत्रिका 'चाँद' यांचे संपादन पण त्यांनी केले आहे.

महादेवी वर्मा एक समाजसुधारीका देखील होत्या. त्यांनी स्त्रीयांच्या अधिकारांसाठी आवाज उठवला. प्रयागच्या महिला विद्यापीठाच्या कुलगुरू या पदावर देखील त्यांनी काम केले. त्यांनी त्यांच्या आठवणीवर लिहिलेल्या पुस्तकामुळेही त्यांना ओळखण्यात येते. 'अतित के चलचित्र' तसेच 'स्मृती की रेखाऐं', 'नीहार', 'रश्मि', नीरजा' तसेच 'संध्यागीत' त्यांचे प्रसिद्ध कवितासंग्रह आहेत.

भारत सरकारने त्यांना पद्मभूषण देवून सन्मानीत केले. साहित्य अकादमीची फेलो बनणाऱ्या त्या पहिल्या महिला होत्या. ११ सप्टेंबर १९८७ ला त्यांचा मृत्यू झाला.

माताहारी

माताहारीचा जन्म ७ ऑगस्ट ला नेदरलँडमध्ये झाला. त्यांना मार्गरीटा गीरट्रयूडा या नावाने ओळाखण्यात येत होते. ह्या इतिहास प्रसिद्ध महिलेचे जीवन सामान्य व साधारणपणे सुरू झाले. त्यांचे वडील हॅटर एक श्रीमंत व्यापारी होते. त्यांना एक शिक्षिका बनायचे होते.

१८९५ मध्ये त्यांचा विवाह डच आर्मीचे कप्तान रूडाल्फ मॅक्लियॉडसोबत झाला. त्यांचे आठरा वर्षाचे असताना पतीचे वय चाळीस इतके होते. तीन वर्षापर्यंत त्या एम्सटर्डममध्ये राहिल्या व त्यांना दोन अपत्ये झाली. १९९७ मध्ये मॅक्लियॉड जावा येथे गेल्या आणि १९०२ पर्यंत तिथेच राहिल्या. तेथून परत आल्यावर त्यांनी आपल्या पतीला सोडून दिलं.

मार्गरिट १९०३ मध्ये पॅरिस येथे आल्या व वेडंवाकडं नृत्य करून पोट भरू लागल्या. सुरूवातीला त्यांनी आपलं नाव लेडी मॅक्लियॉड असे ठेवले आणि नंतर बदलून 'माताहारी' ठेवलं. मंदीरासारख्या दिसणाऱ्या आशियायी कला संग्रहालयात त्या आपल्या नृत्याचं प्रदर्शन करीत.

लवकरच पॅरिस व यूरोपिय शहरात त्यांच्या नावाची चर्चा होऊ लागली. अनेक सरकारी व सैन्य अधिकारी त्यांच्या नावाचे दिवाणे झाले.

हेरगिरीच्या भानगडीत त्या कशा पडल्या, कोणालाही माहित नाही, शक्यता आहे की त्या १९०५ किंवा १९०७ पासूनच जर्मनीला माहिती देत असाव्यात. पहिल्या महायुद्धादरम्यान माताहारी एक नर्तकी म्हणून हॉग आणि पॅरिसला जात-येत राहिल्या. बेल्जियममध्ये त्यांनी आपल्या संपर्काचा फायदा घेत फेंचाना देखील गुप्त बातम्या कळवल्या. फेंचांच्या लक्षात आले की माताहारी अद्यापही जर्मनीला माहिती पुरवत आहे. त्यांनी १३ फेब्रुवारी १९१३ ला माताहारीवर हेरगिरीचा आरोप ठेवून कैद केलं.

माताहारीने दावा केला की त्या जर्मन तसेच फेंचसाठी त्या हेरगिरी करीत होत्या. त्यांनी फ्रेंचसोबत काम करताना जर्मनीसोबतचे संबंध तोडले नव्हते.

माताहारीवर कोर्टात खटला चालला आणि त्यांना गोळ्या घालून ठार करण्याची शिक्षा देण्यता आली.

मारग्रेट थॅचर

मारग्रेट थॅचर ब्रिटनच्या पहिल्या पंतप्रधान होत्या ज्यांनी सलग तिन वेळा कार्यभार सांभाळला. त्या विसाव्या शतकातील ब्रिटनच्या प्रभावशाली राजकीय व्यक्तीपैकी आहेत आणि 'थॅचरवाद' चा प्रभाव देखील मोठ्याप्रमाणात आहे.

मारग्रेट हिल्डा रॉबर्टचा जन्म १३ ऑक्टोबर १९२५ ला ग्रांथम लिंकनशायरमध्ये झाला. ऑक्सफोर्ड विद्यापीठात शिकल्यानंतर त्या रिसर्च केमिस्ट बनल्या तसेच १९५४ मध्ये प्रशिक्षण घेतल्यावर बॅरिस्टर बनल्या. १९५१ मध्ये त्यांचा विवाह एका श्रीमंत व्यापाऱ्यासोबत ज्यांचं नाव थॅचर असे होते, त्यांना दोन अपत्ये झाली.

१९५९ मध्ये उत्तर लंडनमधून फिंचलेसाठी कॉझंरव्हेटिव्ह पक्षाकडून सदस्य बनल्या. हेरॉल्ड मॅकमिलनच्या सरकारमध्ये त्यांनी पेंशनसाठी कनिष्ठ मंत्र्याचे संसदीय पद सांभाळले. १९६४ ते १९७० च्या दरम्यान त्यांनी एडवर्ड हीथ शॅडो कॅबिनेटमध्ये अनेक पदावर कार्य केलं. ज्यावेळी १९७० मध्ये हीथ पंतप्रधान बनले तर थॅचरला शिक्षण सचिव करण्यात आलं.

१९७४ मध्ये काँझरव्हेटिव्ह पक्षाचा पराभव झाला. थॅचरने हीथ यांना नेतृत्वासाठी आव्हान दिले आणि विजयी झाल्या. १९७९ च्या सार्वजनीक निवडणूकीत काँझरव्हेटिव्ह सत्तेवर आले, तर थॅचर पंतप्रधान बनल्या.

थॅचरच्या धोरणानुसार व्यापारी संघात सुधारणा झाल्या. कर कमी झाले, सामाजीक खर्चात कपात झाली पण बेरोजगारी नाटकीय पद्धतीने वाढली.

१९८२ मध्ये फाकलँडस युद्धाचा विजय व विभाजीत पक्षामुळे थॅचर १९८३ च्या सार्वजनिक निवडणूकीत विजयी झाल्या. १९८४ मध्ये काँझरव्हेटिव्ह पार्टी अधिवेशनातील बॉम्बमधून त्या थोडक्यात बचावल्या.

त्यांनी अमेरिकेच्या राष्ट्रपती रोनाल्ड रीगनबरोबरचे राजकीय व खाजगी संबंध कायम ठेवले. सोव्हिएट त्यांना 'आयरण लेडी' म्हणून संबोधत असे. त्यांनी सुधारणावादी सोव्हिएट नेता मिखाइल गोर्बाचेव्ह याचे मनापासून स्वागत केले.

१९८७ च्या निवडणूकीत थॅचर तिसऱ्यांदा देखील जिंकल्या परंतु पक्षामध्ये नेतृत्वावरून वाद उभा राहिला. नोव्हेंबर १९९० मध्ये त्यांना राजीनामा देण्याची सहमती देण्यात आली. त्यानंतर पक्षाचे नेते जॉन मेजरने नेतृत्व केले.

मारग्रेट व्हिटमॅन

मारग्रेट सी. व्हिटमॅन फेब्रुवारी १९९८ पासून 'ई बे' च्या अध्याक्षा तसेच मुख्य निवासी अधिकारी पदावर कार्यरत आहेत. त्या ग्राहकांसाठी केंद्र, ब्रांड निर्माता व उपभोक्ता तांत्रीक अनुभवासाठी ओळखल्या जातात. फेब्रुवारी १९९५ ते डिसेंबर १९९६ पर्यंत त्या 'हॅसब्रो'च्या प्रिस्कूल डिव्हिजनमध्ये जनरल मॅनेजरच्या पदावर आहेत.

त्यापैकी त्या फ्लोरिस्टस् ट्रान्सवर्ल्डच्या अध्यक्षा तसेच मुख्य निवासी अधिकारी राहिल्या. त्यांनी 'स्ट्राइड राइट' कॉर्पोरेशनमध्ये त्यांनी 'स्ट्रइड राइट' कॉर्पोरेशनमध्ये

अध्यक्ष तसेच केडस डिव्हिजनमध्ये कार्यकारी उपाध्यक्षाचे पद सांभाळले. ते १९८९ पासून ऑक्टोबर १९९२ पर्यंत त्या वाल्ट डिजनी कंपनीत मार्केटिंग व डिजनी कॉप्युटर प्रडक्टमध्ये वरिष्ठ उपाध्यक्षाच्या पदावर होत्या. डिजनीमध्ये सहभागी होण्यापूर्वी त्या बेन अँड कंपनीच्या उपाध्यक्ष राहिल्या.

त्यांनी प्रडक्ट अँड गॅम्बलमधून आपल्या करिअरची सुरूवात केली. तिथे त्या १९७९ ते १९८१ पर्यंत ब्रांड मॅनेजमेंटमध्ये कार्यरत राहिल्या. त्या अनेक सरकारी तसेच गैर सरकारी समित्यात जबाबदारीच्या पदावर राहिल्या.

त्या स्टॅपल्स, bizbuyer.com तसेच trade out .com च्या संचालक पदावर पण कार्यरत राहिल्या.

त्या रोजवूड कॅपिटलच्या सल्लागार समितींच्या सदस्या आहेत. त्या प्रिंसटन विद्यापीठाच्या बोर्ड ऑफ ट्रस्टी च्या सदस्या देखील आहेत. 'फॉर्च्युन' दैनिकाने त्यांना ३५ प्रभावशाली उद्योगपतींच्या यादीत तसेच 'टाइम' ने जगातील १०० प्रभावशाली व्यक्तीच्या यादीत समाविष्ठ केले. व्हिटमॅनने प्रिंसटन विद्यापीठातून अर्थशास्त्रात पदवी घेतली तसेच हार्वर्ड बिझनेस स्कूलमधून एम.बी.ए.केले. त्या एक यशस्वी व्यावसायीक महिला आहेत.

मारिया अगनेसी

मारिया अगनेसीचा जन्म १६ मे १७१८ ला झाला. त्या एक गणितज्ञ, तत्त्वज्ञानी तसेच परोपकारी महिला होत्या. त्यांचे वडील बोलोगना विद्यापीठात गणिताचे प्रोफेसर होते. त्या काळातील श्रीमंताच्या मुली कान्व्हेंटमध्ये शिकत. धर्म, सिलाई-स्वयंपाक व घरगुती कामे शिकत. फारच कमी इटालीयन परिवार आपल्या मुलींना अवातंर गोष्टी शिकवत किंवा कॉलेजात जावू देत.

पेत्रो अगनेसीने आपल्या मुलीची प्रतिभा व बुद्धीमत्ता ओळखली. मारियाने बालपणापासूनच पाच भाषा, ग्रीक, हिब्रु, लॅटीन, फ्रेंच व स्पॅनीश शिकली. त्यांनी तत्वज्ञान तसेच विज्ञानाचे देखील ज्ञान घेतले.

वडील त्यांच्या मित्रांना घरी बोलावत आणि मारिया त्या सर्वांसमोर भाषण करी. १३ वर्षाची मारिया अनेक भाषेत पारंगत झाल्या होत्या. वयाच्या वीस वर्षापर्यंत त्या इच्छा नसताना हे सगळं करीत राहिल्या. त्यांनी केलेली सर्व २०० भाषणे लॅटीन भाषेत प्रकाशीत केले परंतु ते

तत्वज्ञानावर आधारीत नसून वैज्ञानीक होते. मारियाच्या आईच्या मृत्यूनंतर वडिलाने आणखी दोन भावंडांना शिकवण्याची जबाबदारी डोक्यावर होती. म्हणून त्या स्वतः कॉन्व्हेंटमध्ये शिकायला जावू शकल्या नाहीत. मारियाने छोट्या भावाला गणित शिकवण्यासाठी १९३८ मध्ये गणितावर पुस्तक लिहायला सुरूवात केली. १७४८ मध्ये पुस्तक 'इस्टीट्यूजिओनी एनालिटच' दोन खंडात प्रकाशीत झालं. पुस्तक इतकं शानदार होतं की समकालीन गणितज्ञ तसेच विचारवंत चकित झाले. त्यात गणिताचे काही फॉर्म्यूले अगदीच नवे व सरळ पद्धतीने दिले होते.

१७५० मध्ये मारियाला चौदावे पोप बेनडिक्टद्वारा बोलोगना विद्यापीठात गणित तसेच नैसर्गिक तत्वाचे सभापती बनवल्या गेले. त्या तिथे गेल्या अथवा नाही याबद्दल इतिहासकारात मतभेद आहेत.

इंग्रज गणितज्ञ जॉन कॉलसनने आपल्या एका गणिताच्या प्रश्नाला मारियाचे नाव दिले. ते थोडे गोंधळले होते म्हणून शब्दाचा इटालीयन अनुवाद करताना त्यांनी आपल्या समीकरणला 'विच ऑफ अगनेसी' असे नाव देवून बसले. आजपर्यंत हेच नाव प्रचलित आहे.

मारिया आपल्या वडिलांच्या मृत्यूनंतर अपल्या भावंडाना शिकवण्याच्या जबाबदारीतून मुक्त झाल्या. त्यांनी गरीब तसेच निराधार लोकांना दान दिले. त्यांच्यासाठी घरे बांधली, १९८३ मध्ये त्यांना वृद्धासाठी बांधण्यात येणाऱ्या घरांचे संचालक म्हणून नेमले. त्या तिथेच राहून त्यांची सेवा करू लागल्या. १७९९ मध्ये आपल्या मृत्यूनंतर त्यांनी सगळं काही दान करून टाकलं.

मारिया गोपर्ट मेअर

मारिया गोपर्ट मेअरचा जन्म २८ जून १९०६ ला जर्मनीत फ्रेडरिक व मारियाच्या पोटी झाला. वडिलांकडून त्या विद्यापीठाच्या प्राध्यापकांची सातवी पिढी आहेत.

१९१० मध्ये त्यांचे वडील बाल विशेषज्ञ प्रोफेसर म्हणून गॉटिंजनला गेले. मारियाने विवाहापर्यंतचा जास्तीत जास्त वेळ इथेच घालवला. तेथील चांगल्या प्राध्यापकाद्वारे शिक्षण घेतल्यानंतर त्यांनी विद्यापीठात जायचे ठरविले. असे असले तरी त्या स्त्रीयांसाठी असे करणे सोपे नव्हते. तिथे केवळ एकच अशी शाळा होती जी मुलींना विद्यापीठात प्रवेश परीक्षासाठी त्यांची तयारी करून घेत असे. शाळा बंद झाली होती. शिक्षक अद्यापही मदत करीत होते. मारियाने पण तिथे प्रवेश परीक्षा दिली.

सुरूवातीला त्यांनी विद्यापीठात गणित घेतलं. पण लवकरच भौतीकशास्त्रात त्या रमल्या. त्यावेळी क्वांटम मॅकनिक्स आपल्या युवा अवस्थेत होता.

क्रेंब्रिज इंग्लडमध्ये इंग्रजी शिकवण्याशिवाय त्यांचं सारं शिक्षण गॉटिंजनमध्ये झालं. त्या विज्ञानाचे शिक्षण दिल्याबद्दल मॅक्सबार्नची आभारी होती. १९३० मध्ये त्यांनी भौतीकशास्त्रात डॉक्टरेट मिळवली.

त्या विवाहानंतर बाल्टीमोरच्या विद्यापीठात गेल्या पण कोणीही प्रोफेसरच्या पत्नीला काम देवू इच्छित नव्हते. त्या स्वतःच्या समाधानासाठी भौतीकशास्त्रज्ञ बनल्या. नंतर त्यांनी ऑर्गेनिक मॉलिक्यूलच्या रंगावर काम करणे सुरू केले.

१९३९ मध्ये त्या कोलंबियाला गेल्या. तिथे त्यांना कॉलेजात शिकवणे तसेच एस.ए.एम. प्रयोगशाळेत परीक्षण करण्याची संधी मिळाली. १९४६ मध्ये शिकागोमध्ये त्यांचे मोकळ्या मनाने स्वागत झाले. न्यूक्लिअर स्टडीज या संस्थेत भौतीकशास्त्राचे प्रोफेसर म्हणून नियुक्त झाल्या. तिथेच त्यांना न्यूक्लिअर भौतीकशास्त्र शिकायला वेळ मिळाला.

१९४८ मध्ये त्यांना जादुई आकड्यावर काम केले परंतु त्यांना त्यांची व्याख्या करायला पूर्ण एक वर्ष लागलं. त्या ज्या विषयावर काम करीत होत्या, काही मंडळी देखील त्याच विषयावर काम करीत होते. शेवटी त्यांनी सर्वांनासोबत घेऊन या विषयावर एक पुस्तक लिहायचे ठरविले.

१९६० मध्ये त्या जोला येथे आल्या. जिथे त्या भौतीकशास्त्राच्या प्राध्यापक म्हणून काम करू लागल्या. त्यांना अनेक मानद उपाधी व पुरस्काराने सन्मानीत करण्यात आले.

मारिया मॉंटेसरी

मारिया मॉंटेसरी अनेक बाबतीत काळाच्या पुढे होत्या. त्यांचा जन्म इटलीत १८७० ला झाला. मेडिकल स्कूलमधून पदवी घेतल्यानंतर त्या इटालीच्या पहिल्या डॉक्टर बनल्या. त्यांना बर्लिन व लंडनच्या महिला कॉन्फरन्सला इटालीच्या प्रतिनिधी म्हणून पाठविण्यात आले.

त्यांनी मानसिकदृष्ट्या अपंग मुलांसाठी काम केले. तसेच अनेक विद्यापीठातून शिकवण्याचं कार्य केलं. १९०७ मध्ये आपले तत्वज्ञान, बाल विकास तसेच शिक्षण शोधाच्या जोरावर त्यांनी 'कासा डेइ बेम्बिनी' स्थापन केली. जिथे त्या सामान्य बुद्धीमत्तेच्या विद्यार्थ्यांना त्यांच्या पद्धतीने शिकवत होत्या. त्यांच्या जीवनाचा जास्तीचा वेळ लेखन, भाषण देणे व त्यांच्या पद्धतीची माहिती देण्यामध्ये गेला.

मॉंटेसरी पद्धतीचे म्हणणे आहे की मुले त्यावेळी चांगलं शिकू शकतात ज्यावेळी त्यांना आपण स्वतंत्र व्यक्तिमत्वाचे समजून सन्मान देतो, वर्गामध्ये शिक्षणाच्या योग्य साधनांची व्यवस्था व वातावरण निर्मिती करणे, एका शिक्षिकेचे कर्तव्य असतं.

१९०६ मध्ये त्यांनी आपली सारी कामं सोडून, घरगुती कामं करणाऱ्या मातासोबत काम करणे सुरू केले. 'चिल्ड्रन हाऊस' तध्ये मॉंटेसरी पद्धतीने शिकवल्या जात होते. जिथे मुले खेळत-खेळत विभिन्न साधनांच्या माध्यमातून स्वत: शिकत होते. मारिया १९१३ मध्ये पहिल्यांदा अमेरिकेत गेल्या. त्याच वर्षी अलेक्झांडर ग्राहम बेल व त्यांच्या पत्नीने वाश्गिटनमध्ये मॉंटेसरी एज्युकेशन असोशिएशनची स्थापना केली. थॉमस एडिसन व हेलन कीलर देखील त्यांच्या समर्थकापैकी होत्या.

१९१५ मध्ये त्यांच्या 'ग्लास हाऊसने' संपूर्ण जगाचे लक्ष वेधून घेतले. सॅनफांसिस्कोच्या अंतरराष्ट्रीय संमेलनात त्यांनी वर्गाचे सादरीकरण केले. दुसऱ्या अमेरिकी दौऱ्यात एक टीचर ट्रेनिग कोर्स देखील चालवला.

१९१७ मध्ये स्पॅनिश सरकारने त्यांना त्यांच्याकडे एक शोध संस्था उघडण्यासाठी बोलावले. १९१९ मध्ये त्यांनी लंडनमध्ये टीचर ट्रेनिंग कोर्सची शृखला सुरू केली. त्यांना इटालीत शाळेंचा सरकारी इन्स्पेंकट म्हणून नियुक्त करण्यात आला. परंतु मुसोलिनीच्या विरोधात बोलल्यामुळे त्यांना नाइलाजाने देश सोडावा लागला. त्यांनी नेदरलँडमध्ये मॉंटेसरी ट्रेनिग सेंटर उघडले आणि १९३९ मध्ये भारतात टीचर ट्रेनिंग कोर्ससची शृंखला सुरू केली.

१९४० मध्ये भारताने दुसऱ्या महायुद्धात पाय ठेवला. परंतु मारिया व त्यांचे ट्रेनिंग कोर्स चालू ठेवण्याची परवानगी देण्यात आली. त्या १९४९, ५० व ५१ मध्ये नोबेल पुरस्कारासाठी नामांकीत करण्यात आले.

१९५२ मध्ये मारिया मॉंटेसरीचे हॉलडमध्ये निधन झाले.

मारिया शारापोव्हा

मारिया शारापोव्हाचा जन्म १९ एप्रिल १९८७ ला साइबेरियात झाला. मारियाचे कुटुंब चेर्नोबिल न्यूक्लिअर अपघातामुळे शहर सोडून गेले होते.

सहा वर्षीय मारियाला टेनिस खेळताना पाहून मार्टिना नवरातिलोवाने त्यांच्या वडिलांना सल्ला दिला की त्या फ्लोरिजनमध्ये निक बोलेटिरीच्या अकादमीत शिकायला पाठवले.

१९९६ मध्ये मारिया देखील अन्ना कुर्नीकोवाच्या पावलावर पाऊल ठेवत निकच्या अकादमीत गेल्या.

२००१ मध्ये मारियाने व्यावसायीक टेनिस खेळायला सुरूवात केली. त्या त्याचवर्षी डब्ल्यू टी.ए.च्या रॅंकिंगमध्ये त्या ५ ३ २ च्या स्थानावर होती. टेनिस खेळाडू मारिया केवळ खेळात व्यस्त होत्या. तर मार्केटिंग आणि प्रायोजित संधीची संधी घ्यायचे पण समजत होत्या. त्यांनी आई.एम.जी मॉडल्ससोबत करार केला. २००४ मध्ये त्यांनी आपला पहिला ग्रँड स्लॅम सामना खेळला.

२००५ मध्ये त्या फोर्ब्स पत्रिकेनुसार जगातील सर्वात श्रीमंत महिला खेळाडू होत्या. त्याच वर्षी डब्ल्यू टी.ए.च्या रॅंकीगमध्ये सर्वात वर असणारी आशियायी महिला बनली.

सप्टेंबर २००६ मध्ये त्यांनी यू.एस. ओपनमध्ये वूमन एकेरी जिंकला. हा विजय त्यांच्यासाठी कोण्या चमत्कारापेक्षा कमी नव्हता. त्या १० पैकी ९ खेळामध्ये सेमी फाइनल किंवा त्यांच्याही पुढे गेल्या.

ऑक्टोबर २००६ मध्ये त्यांनी डेनियल हॉन्टोचोवाला पराभूत करून ज्यूरिक ओपन सामना जिंकला.

२००७ मध्ये त्या अमेरिकेच्या विकास एजन्सी यू.एस.डी.पी. च्या गुडविल अम्बेसॅडर म्हणून निवडल्या गेल्या.

२००७ मध्ये त्यांच्या खांद्याला जबर जखम झाली. जी भरून यायला बराच वेळ लागला. जानेवारी २००८ मध्ये त्यांनी ऑस्ट्रेलियाई ओपनमध्ये तिसरा ग्रँड स्लॅम सामना खेळला.

मार्टिना नवरातिलोव्हा

मार्टिना नवरातिलोव्हांचा जन्म १८ ऑक्टोबर १९५६ ला चेकोस्लोव्हाकियात झाला. त्या टेनिसच्या माजी खेळाडू आहेत ज्या प्रथम स्थानावर राहिल्या.

मार्टिना त्यांच्या काळातील सर्वश्रेष्ठ महिला टेनिस खेळाडू राहिल्या. मार्टिनाने प्रत्येक ग्रँड स्लॅम एकेरीत सामने किमान दोन वेळा जिंकले. विम्बलंडन (९ वेळाचे रेकॉर्ड) ऑस्ट्रेलियात ओपन (३ वेळा) फ्रेंच ओपन (२ वेळा) यू.एस. ओपन (४ वेळा)त्यांनी स्त्रीयांसाठी या खेळाला एक नवी दिशा दिली. माजी नंबर वन टेनिस खेळाडू क्रिससोबत त्यांच्या अनेक मॅच लोकप्रिय ठरल्या.

त्यांनी १९९४ मध्ये व्यावसायीक टेनिसमधून सन्यास घेतला. परंतु त्या २००० मध्ये कधी-कधी मिक्स दुहेरी व महिला दुहेरी सामना खेळायला परत आल्या. २००३ च्या ऑस्ट्रेलियाई ओपनमध्ये लियंडर पेससोबत तिक्स दुहेरी सामने जिंकून त्या चार ग्रँड स्लॅम टूर्नामेंटमध्ये एकेरी, दुहेरी व मिक्स दुहेरी जिंकणारी खेळाडू बनल्या.

वयाच्या ५० व्या वर्षी मार्टिनाने २००६ मध्ये घोषणा केली की त्या त्यावर्षीचा सामना खेळल्यानंतर टेनिसमधून सन्यास घेतला. मार्टिना नवरातिलोव्हाने आपल्या व्यावसायीक करिअरमध्ये १६७ एकेरी सामने जिंकले.

माजी चेकोस्लाव्हायाच्या मार्टिनाला आपले नागरीकत्व गमावावे लागले आणि त्या १९८१ मध्ये अमेरिकेच्या नागरीक बनल्या. ९ जानेवारी २००८ मध्ये त्यांनी पुन्हा आग्रह करून चेकॉस्लॉव्हाकियाचे नागरीकत्त्व मिळवले.

मिशेल बॅकलेट

मिशेल बॅकलेटचा जन्म २९ सप्टेंबर १९५१ ला विलीमध्ये झाला. त्यांचे वडील एअरफोर्स ब्रिगेडियर जनरल होते. जे आगास्ताच्या सरकारविरोधात असल्यामुळे मारल्या गेले. त्यांच्या रूढीवादी आईला मिशेलच्या छळ छावणीत ठेवण्यात आले. त्यांना त्यांच्यासोबत देशातून काढून देण्यात आले.

१९७५ ते १९७९ पर्यंत मिशेल आपल्या आईसोबत ऑस्ट्रेलिया व जर्मनीत राहिल्या. जिथे त्यांनी एक बाल विशेषज्ञ म्हणून आपले शिक्षण पूर्ण केले. त्यांनी चिलिच्या नॅशनल अकादमी ऑफ स्ट्रॅटजी अँड पॉलिसी तसेच अमेरिकेच्या इंटर अमेरिकन डिफेन्स कॉलेजमधून शिक्षण घेतले.

त्या गुप्तपणे सोशालिस्ट यूथसाठी काम करीत होत्या. ज्यामुळे त्यांच्या वडिलांना मारण्यात आले आणि त्यांना त्यांच्या आईसहित छळ छावणीत पाठविण्यात आले.

२००० मध्ये त्या सोशालिस्ट राष्ट्रपती रिकार्डो लागोसच्या नेतृत्वाखाली मुख्यामंत्री बनल्या. लेकिन अमेरिकाच्या पहिल्यांदा कोण्या महिलेला हे पद देण्यात आले.

चिलीत १५ जानेवारी २००६ ला मिशेल पहिली महिला राष्ट्रपती म्हणून निवडण्यात आले. त्यांनी डिसेंबर २००५ मध्ये देखील निवडणूक लढवली होती. परंतु पराभूत झाल्या होत्या.

बॅकलेट पूर्ण अमेरिकेतल्या पहिल्या महिला होत्या ज्यांनी आपल्या पतीचा किंवा नावाचा उपायोग न करता पुढे गेल्या, त्यांना तिन अपत्ये असून पतीपासून वेगळया रहातात.

मिशेल रॉबिन्सन ओबामा

मिशेल रॉबिन्सन ओबामांचा जन्म १७ फेब्रुवारी १९६४ ला शिकागो येथे झाला. १९९० मध्ये त्यांच्या वडीलांचा मृत्यू झाला. त्यांनी बराक ओबामासोबत विवाह केला. परंतु त्यांची आई आजही एका अपार्टमेंटमध्ये रहातात. हाइस्कूलनंतर मिशेलने १९८५ मध्ये प्रिसेटन विद्यापीठातून समाजशास्त्रात पदवी घेतली. १९८८ मध्ये हॉर्वर्डमधून कायद्याची पदवी घेतली. बराक देखील त्यावेळी तिथेच होते. परंतु दोघांची भेट झाली नव्हती.

नंतर मिशेल एक डाऊनटाउन शिकागो लॉ फर्ममध्ये काम करू लागल्या. १९८९मध्ये त्यांना हॉर्वर्डच्या समर असोसिएट बराक ओबामाची मदत करायला सांगण्यात आले पण बराकची रूची कॉर्पोरेट लॉ पेक्षा त्यांच्यात वाढू लागली.

सुरूवातीला तर मिशेल आपल्या पदामुळे थोड्या संकोचत होत्या. परंतु प्रेम वाढू लागलं आणि १८ ऑक्टोबर १९८२ मध्ये विवाह केला.

मुलांसाठी त्यांनी दोन वर्ष वाट पाहिली. १९९९ व २००१ मध्ये त्यांना मालिया आणि नताशा अशा दोन कन्येनं जन्म घेतला.

मिशेल शिकागो विद्यापीठात असोसिएट डीन राहिल्या. शिकागो बोर्ड ऑफ डायरेक्टरची सदस्या राहिल्या. शिकागो विद्यापीठात हॉस्पीटलच्या कम्युनिटी व एक्सटर्नल तसेच समाजाशी संबंधीत सगळया कार्यक्रमासाठी जबाबदार होत्या.

बराक राजकीय क्षितिजावर चमकले तर मिशेलचे व्यावयसायीक संबंध त्यांच्यासाठी बऱ्याप्रमाणात सहानूभुतीचे ठरले. २००४ मध्ये बराकला प्रभावी कृष्णवर्णीय नेत्यांचे समर्थ मिळाले. जे त्यांच्या पत्नीच्या ओळखीचे होते. मिशलच्या एका माजी बॉसने बराकच्या यू.एस. सिनेट अभिनयाचा आर्थीक कारभाराचा मुख्य पदभार सांभाळला.

बराक यू.एस. सिनेटसाठी निवडल्या तर त्यांनी आपल्या दोन मुलींना शिकागोमध्ये ठेवण्याचा निर्णय घेतला. मिशलने पण त्यांचं करिअर चालू ठेवलं. प्रत्येक रविवारी संपूर्ण कुटंब चर्चमध्ये जात असे तसेच सोबत वेळ घालवत.

मिशेलने एक आई, करिअर, महिला तसेच राजकीय नेत्याची पत्नी म्हणून सर्व भूमिका पार पाडल्या. त्या रात्री ९:३० वाजता झोपी जातात तसेच सकाळी ४:३० वाजता उठतात, याच शिस्तीच्या जोरावर त्या सार्वजनीक तसेच वैयक्तिक जीवनातला वेळ सार्थकी लावतात. मिशेल समजतात की कोण्या राजकीय नेत्याच्या पत्नीचं जीवन इतक सोपं नसतं. म्हणून मोठ्या नेटानं त्या आपल्या कर्तव्यपालनासाठी बांधील आहेत.

मीना कुमारी

मीना कुमारीच्या आगमनाने हिंदी चित्रपट क्षेत्रात दुःखाचा एक नवीन चेहरा समोर आला. त्या प्रतिभा, दुःख तसेच सौंदर्य यांचा सुंदर संगम होत्या. त्यांना आपल्या जीवनाकडून जे मिळाले नाही, त यांनी ते चित्रपटाच्या माध्यामातून मिळविण्याचा प्रयत्न केला. त्या एक अशा कलाकार होत्या ज्यांना आपले दुःख आणि एकटेपणातूनच सुख मिळत होतं.

१ ऑगस्ट १९३२ ला काली बख्श व इकबाल बेगम यांच्यापोटी त्यांचा जन्म झाला. 'महजबी बानो' असे त्यांचे नामकरण करण्यात आले रूपवान महजबीने ६ वर्षाच्या वयापासूनच चित्रपट दुनियेत पाय ठेवला. बाल कलाकार म्हणून त्यांनी विजय भट्ट यांच्या 'लेदर फेस' (१९३९) या चित्रपटात काम केले. 'बैजू बावरा' (१९५४), 'परिणीता' (१९५६), एक ही रास्ता', 'शारदा' (१९५७), 'आरती' (१९६३) व 'काजल' (१९६६) सारखी ऱ्हदयस्पर्शी चित्रपट दिले. 'बहू बेगम' आणि 'साहिब बीबी और गुलाम' देखील हिट ठरला. त्यांनी 'भाभी की चूडीयाँ' 'मेरे अपने' व 'दुश्मन' चित्रपटात चरित्र भूमिका केली.

'दिल अपना प्रीत पराई व 'दिल एक मंदीरमध्ये लोकांना मीनाकुमारींचा नवाच आवतार पहायला मिळाला. १९७१ मध्ये कमाल अमरोहीचा चित्रपट 'पाकीजा' आला. तो पूर्ण व्हायला

१७ वर्ष लागले होते, परंतु ह्या चित्रपटाचे यश पहायला त्या जिवंत राहिल्या नाहीत. आपल्या विरहातून सुटका करून घेण्यासाठी त्या शराब आणि शायरीचा आधार घेत होत्या.

त्यांना नेहमीच एक जबरदस्त कलाकार म्हणूनच आठवणीत ठेवल्या जाईल. पाकीजा रिलीज झाल्यानंतर अवघ्या तीन आठवड्याने त्या चांगल्याच आजारी पडल्या व ३१ मार्च १९७२ ला त्यांचा देहांत झाला. त्या आजही त्यांच्या सहकलाकारांच्या आठवणीमधून जिवंत आहेत. आजही त्यांच्या चाहत्यांची आणि कदरदानांची कमतरता नाही.

मीराबाई

मीरा कृष्णाची भक्त होतीच पण सोबतच त्या एक चांगल्या कवियत्री होत्या. त्यांनी आपण कृष्णाची पत्नी आहोत या भावनेतून कृष्णाची भक्ती केली. मीराच्या वडिलांचे नाव रतनसिंह होते. बालपणीच मीराची आई वारली म्हणून दादाजीराव या आजोबानं त्यांचा सांभाळ केला. मीरा लहानपणापासूनच कृष्णाची भक्ती करायची. त्यांना आपला पती मानत होती.

मीराचे लग्न महाराणा सांगा यांचे पुत्र भोजराज यांच्याशी झाला. मेवाडची महाराणी बनल्यावर देखील मीराचे कृष्णवेड कमी झाले नाही. मोठे पद मिळाल्यावरही कृष्णभक्तीचा त्याग केला नाही. पतीच्या आकाली निधनाने तर सासरी होणाऱ्या छळाला मर्यादा राहिली नाही. ते म्हणत की मीरा भक्तीचे ढोंग करत आहे. असे करून तिला परपुरूषाला भेटायचे असते. मीरा साधु-संताला भेटे. किर्तनात वेडी होऊन नाचे-गाई.

मीराचा दीर विक्रमने तिची हत्या करण्यासाठी साप तसेच विषाचा प्याला पाठवला. परंतु प्रभुच्या कृपेने सर्पाचे रूपांतर शिळेमध्ये तर विषाचे रूपांतर अमृतामध्ये झाले.

मीरा घरातून बाहेर पडली. सासरच्या मंडळीला आपली चूक लक्षात आली. ते तिला घरी आणायला गेले. मीरा रणछांडजीच्या मंदीरात गाऊ लागली आणि गाता-गाताच अंतर्धान पावली.

मीराबाईचे गीत आजही त्याच श्रद्धा व भक्तीभावाने गायले जाते. त्यांचे गीत म्हणजे हिंदी साहित्यातली अनुभव रचना आहे. भाषा, भाव तसेच शिल्प शैलीच्या दृष्टिने देखील काव्यरचना उत्कृष्ठ समजल्या जातात.

मॅडम कामा

मॅडम भिकाजी कामाने भारतापासून दूर विदेशात, भारतीय स्वातंत्र्यासाठी क्रांतीची मशाल पेटवण्याचं कार्य केलं. त्यांचा जन्म २४ सप्टेंबर १८६१ ला मुंबईत झाला. कुटुंब सपन्न होते. म्हणून वडिलांची इच्छा होती की मुलीचे आधुनिक पद्धतीने शिक्षण व्हावे. कामाने बालपणीच ठरवले होते की त्या देश तसेच समाज कल्याणासाठी आपलं जीवन समर्पित करतील.

किशोरावस्थेतच त्या राजकारणात आल्या. वडिलाने १८३३ मध्ये त्यांचा विवाह करून दिला. पती व सासरच्या मंडळीनी सुरूवातीला तर सुनेवर समाज व देशाची सेवा करायला प्रतिबंध घातला नाही. पण ज्यावेळी प्लेगग्रस्तांची सेवा करता-करता आजारी पडल्या तर त्यांना इलाजाच्या नावाखाली परदेशात पाठविण्यात आले. कामाने अनेक देशाचा दौरा केला व लंडनमध्ये दादाभाई नोरेजी यांना भेटल्या. ते स्वातंत्र्य सेनानी होते. मॅडम कामा तिथे शामजी वर्मा नावाच्या क्रांतीकारकाला देखील भेटल्या.

भारतात कुटुंबाचा पाठींबा मिळणे तर कठीण होते म्हणून त्यांनी परदेशात राहूनच देश-सेवा करण्याचा निर्णय घेतला. त्यांचे भाषण तसेच वक्तव्यानी देश हादरून गेला. सरकारी विरोध वाढला तर त्या फ्रान्सला गेल्या. भारतात येण्यास त्यांना मनाई होती म्हणून किमान पाच वर्ष त्यांना पॅरिसमध्ये राहावे लागले.

तेथूनच त्यांनी 'वंदेमातरम' दैनिक चालवले. क्रांतीकारकांना त्या खेळण्याच्या बॉक्समधून हत्यारं पाठवू लागल्या. १९०५ मध्ये त्यांनीच आपल्या सहकार्यानासोबत घेऊन तिरंगी झेंड्याचे स्वरूप ठरवले होते. सर्वप्रथम हा तिरंगा बर्लिनमध्ये होता. सन १९०९ मध्ये बंगालमध्ये फडकविण्यात आला. फ्रान्समध्ये देखील तो फडकविण्याला परवानगी नव्हती. त्या एखाद्या युद्धकैद्याप्रमाणे लागवू लागले.

फ्रान्सला जाणाऱ्या प्रत्येक क्रांतीकारला त्या वाट्टेल ती मदत करीत. त्यांची तबियत ढासळत चालली होती. भारतीय नेत्यांने इंग्रज सरकारवर दबाव आणून मॅडम कामावर लावण्यात आलेली बंदी उठवण्यात आली. अट ठेवण्यात आली की त्या भारतामध्ये कोणत्याच राजकीय कारवायात सहभागी होणार नाहीत.

मॅडमची तबियत काही ठीक नव्हती, सन १९३५ मध्ये त्या भारतात परतल्या तर त्यांना हॉस्पीटलमध्ये दाखल करावे लागले. १३ ऑगस्ट १९३६ ला त्यांनी या जगाचा निरोप घेतला, त्यांचे शेवटचे शब्द होते-

"मेरा हिंदुस्तान स्वतंत्र व्हावा, माझ्या हिंदुस्तानात लोकशाहीची स्थापना व्हावी"

मेडलीन अल्ब्राइट

मेडलीन कॉर्बेल अल्ब्राइट यांचा जन्म १५ मे १९३१ ला झाला. त्या अमेरिकेच्या राज्य सचिव बनणाऱ्या पहिल्या महिला होत्या.

त्यांना ५ डिसेंबर १९९६ ला राष्ट्रपती क्लिंटनने राज्य सचिव म्हणून नियुक्त केले. सिनेटचे समर्थन मिळाल्यावर त्यांनी २३ जानेवारी १९९७ ला ६४ वे सेक्रेटरी म्हणून पदाची शपथ घेतली. त्या अमेरिकी सरकारच्या इतिहासात सर्वोच्च महिलापैकी आहेत. सिक्रेटीपदावर येण्यापूर्वी त्या सोव्हिएट संघात अमेरिकेची स्थायी प्रतिनिधी व राष्ट्रपती क्लिंटनचे कॅबिनेट व राष्ट्रीय सुरक्षा परिषेदेत सदस्या म्हणून कार्यरत होत्या.

सेक्रेट्री अल्ब्राइट सेंटर फॉर नॅशनल पॉलिसीच्या माजी अध्यक्षा देखील होत्या, हे केंद्र १९८१ मध्ये सरकार, उद्योग, श्रम व शिक्षण क्षेत्रातील आठ प्रतिनिधीद्वारा स्थापन केले होते. हे केंद्र कौटुंबिक व अंतरराष्ट्रीय मुद्यावर अभ्यास तसेच चर्चा करीत असे.

इंटरनॅशनलन अफेअर्सच्या रिसर्च प्रोफेसर व वूमन इन फॉरेन सर्व्हिसच्या संचालक या नात्याने, त्यांनी पदवी व पदवीत्तर वर्गांना इंटरनॅशनल अफेअर्स, अमेरिका, रशियाचे परराष्ट्र धोरण तसेच केंद्रिय व पूर्ण यूरोपच्या राजकारणाचे शिक्षण दिले. त्यांनी अंतरराष्ट्रीय प्रसंगामध्ये महिलांसाठी व्यावसायीक संधीचा विकास कार्यक्रम देखील चालवला.

एका अंतरराष्ट्रीय स्पर्धेत त्यांनी ऐंशीच्या प्रारंभीक दशकात पोलंडच्या 'राजकीय परिवर्तनात प्रेसची भूमिका' या विषयावर लिहिले. ज्यासाठी त्यांना फेलोशिप प्रदान करण्यात आली.

त्या सोव्हिएट तसेच पूर्व युरोपीय प्रसंगात सिनिअर फेलो राहिल्या तसेच विभिन्न विकास कार्यक्रमावर संधोधन केले. त्यांना वेल्सले कॉलेजातून राज्यशास्त्रात पदवी प्रदान केली, कोलंबिया विद्यापीठाच्या एशियन इंस्टिट्यूटमधून सर्टीफिकेट तसेच पब्लिक लॉ व गव्हर्नमेंट विभागातून पदवीत्तर व डॉक्टरेटची डिग्री प्राप्त केली.

अलिकडे त्या जॉर्ज टाउन विद्यापीठात प्रोफेसर आहेत.

मॅडोना

मॅडोना लूईस वॅरोनिका यांचा जन्म १६ ऑगस्ट १९५८ ला मिशीगनमध्ये झाला. १९७७ मध्ये त्या मिशीगन विद्यापीठ सोडून नृत्य शिकवण्यासाछी न्यूयॉर्कला आल्या. १९७९ पर्यंत त्या डिस्को नर्तक पेट्रीकसोबत नृत्य करीत होत्या. न्यूयॉर्क वरून आल्यावर त्या काही काळासाठी ब्रेकफास्ट क्लबच्या नृत्यदलात राहिल्या.

१९८० मध्ये त्या क्लब सोडून ड्रमर स्टीव्हन ब्रे सोबत काम करू लागल्या. दोघांचीही लवकरच जादू चालली. १९८२ च्या शेवटी मॅडोनाचा पहिला एकेरी नृत्य 'एव्हरीबडी' हिट नंबर तिसऱ्या स्थानी राहिल्या. त्यांचे तिसरे नृत्य 'हॉलीडे' पॉपसोबत डान्स देखील हिट ठरला.

१९८५ व ८६ मॅडोनासाठी फारच चांगला ठरला. १९८४ च्या शेवटी 'लाइक ए व्हर्जिन' अल्बम रिलीज झाला. त्याचं शीर्षक गीत १९८५चं चांगले हिट राहिले. १९८५ मध्ये त्यांनी प्रथमच चित्रपटात काम केले. पहिला कंसर्ट टूर देखील केला. अफ्रिकेत दुष्काळ ग्रस्तांच्या मदतीसाठी 'लिव्ह एड' कंसर्टमध्ये भाग घेतला. त्याच वर्षी अभिनेता सीन पेनसोबत विवाह केला.

त्यांचा नंतरचा अल्बम 'टू ब्ल्यू' 'ओपन युवर हर्ट' 'लिव्ह टू हेल' व 'ला इंसला बोनीटा' देखील पॉप हिट ठरले. 'हूज दॅट गर्ल' या चित्रपटात त्या मुख्य भूमिकेत होत्या. चित्रपट पडला 'यू कॅन डान्स' रिमिक्स अल्बम देखील काही खास चालला नाही. 'लाइक अ प्रेअर' तसेच 'एक्सप्रेस युवरसेल्फ' त्यांच्या करिअरमध्ये चांगलेच हिट होते.

'डिक ट्रेसी' फिल्ममध्ये आपल्या अभिनयासाठी चांगल्या-वाईट प्रतिक्रिया ऐकून मॅडोनाने नव्या दशकात पाय ठेवला. हे त्यांच्या कलात्मक स्वतंत्र्याच्या विषयावर वादग्रस्त राहिलं. त्यांचं पुस्तक 'सेक्स' ते 'द लेट शो विथ डेव्हिड लेटरमॅन' मध्ये तर त्यांनी मर्यादाच ठेवल्या नाहीत. या दरम्यान त्यांचे गीत 'जस्टीफाइ माइ लव्ह', 'टेक अ बो' तसेच इविटा मधील त्यांच्या भूमिका यशस्वी राहिल्या.

१९९८ मध्ये 'रे ऑफ लाइट' अल्बम चांगलाच चर्चेत राहिला. मॅडोनाने या अल्बमसाठी ३ ग्रॅमी पुरस्कार मिळवले.

२००२ व २००३ मध्ये त्यांचा फिल्मी अभिनय व संगीत कोणाचीच जादू चालली नाही. असे असले तरी त्यानंतरचे अनेक अल्बम चालले, परंतु सामाजीक कार्यातही रस दाखवू लागल्या. याशिवाय त्यांनी बाल साहित्य लिहायला देखील सुरूवात केली.

मॅरियन डोनोवान

१९१७ मध्ये जन्मलेल्या मॅरियन स्वभावानेच संधोधक होत्या. त्यांचे बालपण वडील व काकाच्या लाड करण्यात गेले. त्या दोघांनी ऑटोमोबाइल गिअर घासण्यासाठी लेथ मशीन तयार केली.

अनेक वर्षानंतर दुसरे महायुद्ध झाले होते. दोन मुलांची आई असणाऱ्या मॅरियनने आपल्या सहज बुद्धीचा उपयोग करीत काही करण्याचा प्रयत्न केला. लहान मुलांचे घाणेरडे डायपर, चादर आणि कपडे धुता-धुता त्यांना सुचले की असे डायपर आपणच का बनवू नयेत. ज्यामुळे बाळ ओलं होणार नाही. बाजारात मिळणारी पँटी टोचतही होती आणि त्यांचे धागे तुटतही होते.

मॅरियन सिलाई मशीने, बाथरूमचा पडदा आणि सामान घेऊन बसल्या. खूप वेळ प्रयत्न केल्यानंतर त्या एक वाटरप्रूफ डायपर तयार करण्यात यशस्वी झाल्या. नंतर त्यांनी सेफ्टी पिन ऐवेजी वेल्क्रोसारखी साधनं वापरली ज्यामुळे पिना मुलांना टोचणार नाहीत. त्यांनी डायपरला 'बोटर' असे नाव दिले. यामुळे की ज्याला पाहून त्यांना प्रथम बोटीची आठवण झाली होती.

डोनोवानला कोणीही हिरवा झेंडा दाखवत नाही तर त्या स्वतःच समोर आल्या. १९५१ मध्ये त्यांना पेटेंट मिळाले. त्यांनी त्यांचे अधिकार केको कॉर्पोरेशनला विकले.

नंतर त्यांनी डिस्पोजेबल डायपर बनवले. ज्यासाठी त्यांनी एक खास पद्धतीचा कागद तयार करून घेतला. त्यांच्या या विचाराला प्रथमतः नाकारण्यात आले. कोणीही निर्माता अशाप्रकारचा कागद करायला तयार नव्हता. १९६१ मध्ये विक्टर मिल्सने डोनोवानच्या स्वप्नाला सत्यात आणले.

डोनोवानाने आपल्या जीवनात विस पेटेंट केले. १९५८ मध्ये येले विद्यापीठातून वास्तुकला (आर्किटेक्चर) मध्ये डिग्री घेतली. असे असले तरी त्यांना जास्तीची प्रसिद्धी मिळाली नाही. परंतु जगभरातील पालक त्यांच्या या शोधाबद्दल आजही कृतज्ञ आहेत.

मेरी एंटोनी

मेरी एंटोनींचा जन्म ऑस्ट्रेलियात झाला. त्या पवित्र रोमनचे सम्राट फ्रांसिस प्रथम तसेच ऑस्ट्रिया सम्राज्ञी मारिया थरेसा यांची पुत्री होत्या. लिस्बनमध्ये ज्या दिवशी भीषण भूकंप झाला त्याच दिवशी त्यांचा जन्म झाला.

इतर शाही राजकुमाऱ्याप्रमाणे मेरीचा विवाह देखील दोन कुटुंबात ठरलेल्या अटीनुसार झाला. १७७० मध्ये त्या पंधराव्या लूईसच्या नातवाची पत्नी बनल्या. १९७४ मध्ये त्यांच्या राज्यभिषेकानंतर लूईस सोळावे म्हणण्यात येऊ लागले.

सुरूवातीला फ्रांन्सने त्यांचे स्वागत केले. पतीपेक्षा त्यांचा फार वेगळा स्वभाव होता. १९८० मध्ये आईच्या मृत्यूनंतर, त्या फारच उधळ्या आणि बेभान झाल्या. फ्रेंचला शंका होती की त्यांचे ऑस्ट्रेयासोबत संबंध आहेत तसेच त्या या संदर्भात राजावर दबाव टाकतात.

मेरी सुधारणाच्या विरोधात होत्या, त्या आपल्या उधळ्या स्वभावामुळे नापसंत केल्या जावू लागल्या. १७८५-८६ मध्ये हिऱ्यांची घटना घडली, त्यांच्यावर आरोप ठेवण्यात आला की त्यांनी हिऱ्यांचा हार मिळविण्यासाठी कार्डिनलबरोबर प्रेमाचे नाटक केले.

मेरिला १७७८ मध्ये एक कन्या झाली. १७८१ व १७८५ मध्ये त्यांनी दोन मुलांना जन्म दिला. बाकी काही असो, आईची जबाबदारी त्यांनी चांगली पूर्ण केली.

१४ जुलै १७८९ मध्ये राणीने राजाला असेम्बलीत सुधारणा करण्यापासून रोखले. ज्यामुळे त्यांची लोकप्रियता आणखीणच घसरली, त्या म्हणाल्या, "भाकर मिळत नसेल तर लोकांनी केक खावा" यामुळे तर फ्रेंच जनता जास्तच नाराज झाली. १७८९ मध्ये शाही जोडप्याला बळजबरीने पॅरिसरला पाठविण्यात आले.

असे म्हणतात की मेरीच्याच सांगण्यावरून त्यांना पॅरीसमधून पळून जाण्याची संधी मिळाली नाही. कैद झाल्यावर देखील त्या अनेक योजना बनवत राहिल्या. त्यांना आशा होती परराष्ट्राच्या हस्तक्षेपाने त्यांची मुक्तता होईल. त्यांनी आपल्या बंधूला सांगितले की त्यानी फ्रान्सला पराभूत करावं आणि त्यांना मुक्त करायला यावं. त्याच्या लाख प्रयत्नानंतरही त्या कैदेतच राहिल्या. पळून जाण्याच्या सर्व योजना निष्फळ ठरल्या. १७९३ मध्ये मेरी व त्यांच्या पतीला प्राणदंड देण्यात आला. मेरीवर शत्रूला मदत केल्याचा तसेच यादवी युद्ध सुरू केल्याचा आरोप ठेवण्यात आला.

मेरी क्यूरी

मेरी क्यूरींचा जन्म ७ नोव्हेंबर १८६७ ला बर्सावमध्ये झाला. त्यांचे वडील भौतीकशास्त्राचे प्राध्यापक होते. मेरी ११ वर्षाची असतानाच आई सोडून गेली. शालेय शिक्षण पूर्ण केल्यावर त्या उच्च शिक्षणासाठी पोलंडला गेल्या. त्यांनी भौतीकशास्त्रात तसेच गणितात पदवी प्राप्त केली. त्या एक संशोधक म्हणून कार्य करू लागल्या आणि याच दरम्यान त्यांची भेट पियरे क्यूरी यांच्यासोबत झाली. त्या दोघांनी विवाह केला.

मेरी मुलीच्या एका शाळेत भौतीकशास्त्राच्या प्राध्यापीका होत्या. यूरेनियममध्ये रेडियोॲक्टिव्हिटीच्या शोधाने प्रभावीत होवून त्या देखील इतर तत्वाच्या शोधात राहिल्या. प्रथम त्यांनी थोरियममध्ये त्यांचा शोध घेतला. १२ एप्रिल १८९८ मध्ये त्यांनी एक नवीन रेडियोॲक्टिव्ह बल्बच्या संदर्भात आपले मत प्रकाशीत केले. पती देखील त्यांच्या संधोधनात मदत करीत होते.

अशा तऱ्हेने त्या दोघांनी पोलोनियम तसेच रेडियमचा शोध लावला. मेरिला विज्ञानात डॉक्टरेटची उपाधी प्रदान केली.

१९०३मध्ये मेरी क्यूरी, त्यांचे पती पिरे व हेन्टी बॅक्वेरल या तिघांना संयुक्तपणे रसायनशास्त्रासाठी नोबेल पुरस्कार प्रदान करण्यात आला.

पियरेंना प्रोफेसर पद मिळाल्यावर घरची आर्थिक परिस्थिती ठीक होऊ लागली. त्याच वर्षी क्यूरीने कॅंसरच्या इलाजासाठी रेडिएशन थेरेपीचा उपयोगीता सिद्ध केली.

१९०६ मध्ये पियरे एका रोड ऑक्सीडेंटमध्ये गेले तर मेरीवर दोन मुलींना सांभाळण्याची जबाबदारी आली.

पतीच्या मृत्यूनंतर त्यांना सोरबोर्नमध्ये त्यांच्या जागी घेण्यात आले. दोन वर्षानंतर त्यांना तिथल्या प्रोफेसर म्हणून निवडण्यात आले. पहिल्यादा कोण्या स्त्रीला हे पद मिळाले होते.

पुढील वर्षी त्यांनी शोधाला व्यवस्थीत केले तसेच दुसऱ्यांना संशोधनासाठी मार्गदर्शन करू लागल्या. १९१० मध्ये 'रेडियोॲक्टिव्हिटी' वर त्यांचा एक ग्रंथ प्रकाशीत झाला.

वर्सावमध्ये त्या रेडिओॲक्टिव्हिटी संस्थेच्या संचालक म्हणून निवडण्यात आल्या तसेच त्यांना दुसऱ्यांदा नोबेल देण्यात आले.

पहिल्या महायुद्धादरम्यान त्या फ्रेंच युद्धाचे समर्थन करू लागल्या. त्यांनी स्वतःच्या पैशातून ॲम्बूलसची व्यवस्था केली. ज्यात चिकित्सेची सगळी उपकरणं होती. त्यांनी फ्रान्स तसेच बेल्जियममध्ये २०० एक्स-रे मशीन बसवली.

१९२० मध्ये क्यूरी फाउंडेशनची स्थापना झाली, यासाठी की रेडियम व चिकित्सेशी संबंधीत शक्यातांचा शोध लावला जावा. १९२१ मध्ये त्या अमेरिकेला गेल्या. त्यांना शोधकार्यासाठी एक ग्राम शुद्ध रेडियम भेट म्हणून देण्यात आले. १९२४ मध्ये त्यांनी आपल्या पतीचे चरित्र प्रकाशीत केले.

मेरी क्यूरी त्यांची मुलगी व सहायक; मानवी आरोग्यावर रेडिओॲक्टिव्हिटीच्या दुष्परिणामाबद्दल अज्ञात होते. त्यांची कॉपी देखील आजपर्यंत इतकी रेडिओॲक्टिव्ह आहे की ती वाचता येत नाही. १९२० च्या शेवटापर्यंत त्यांची तबियत चांगलीच खराब झाली. त्यांना कमी दिसू लागले. आई आणि मुलगी दोघींनाही सॅनेटोरियनमध्ये दाखल व्हावे लागले.

४ जुलै, १९३४ ला मेरी क्यूरी या जागातून कायमच्या गेल्या.

यामिनी कृष्णमूर्ति

यामिनी टिळक कृष्णमूर्ति उर्फ यामिनी कृष्णमूर्ति एक प्रवीण भरतनाटयम् व कुचीपुडी नृत्यांगना आहेत. त्यांचा जन्म १९४० मध्ये आंध्रप्रदेशाच्या मदनपल्ली गावात झाला. त्यांच्या कुटुंबातील सर्व सदस्यांचा झुकाव कलेपेक्षा साहित्याकडे होता. यामिनीचे वडील एम.कृष्णमूर्ति संस्कृतचे विद्वान होते तसेच आजोबा उर्दूचे शायर होते.

यामिनींना वयाच्या पाचव्या वर्षीच नृत्य शिकवण्यासाठी चेन्नइच्या कला विद्यालयात पाठविण्यात आले. तिथे नृत्याचे प्राथमीक धडे घेतल्यानंतर त्यांनी कांचीपुरम इल्लया पिल्ले, तंजाबूर किरखा पिल्ले, दंडायुधपाणि पिल्ले व गौरी अम्मा आदी प्रख्यात गुरूंकडून शिक्षण घेतले.

वेदांतम लक्ष्मी नारायण शास्त्री, चिंता कृष्णमूर्ति व पसुमार्थी वेणुगोपाल कृष्ण शर्माने त्यांना कुचीपुडीचे प्रशिक्षण दिले. त्यांनी पंकज चरणदास व केलुचरण महापात्राकडून ओडिसी नृत्य देखील शिकून घेतले.

कर्नाटक शास्त्रीय संगीताची शिक्षा, एम.डी.रामानाथनने दिली तर कल्पक्कम स्वामीनाथने वीणावदन शिकवले.

१९५७ ला त्यांनी चेन्नइत स्टेज शो केला. वयाच्या सतराव्या वर्षी प्रसिद्धी मिळवणाऱ्या यामिनी अवघ्या काही वर्षातच भारताच्या नावाजलेल्या नृत्यांगना बनल्या.

त्यांनी भारतनाट्यम व कुचीपुडीला अंतरराष्ट्रीय स्तरावर ओळख निर्मान करून दिली. अष्टपैलू व्यक्तिमत्व लाभलेल्या यामिनीला १९६८ मध्ये 'पदमूश्री' तसेच १९७७ मध्ये 'संगीत नाट्य अकादमी पुरस्कार' प्राप्त झाला. तिरूमाला तिरूपती देवस्थानने त्यांना अस्थाना नर्तकीची उपाधी दिली. यामिनीने नृत्यावर आधारीत मालिका देखील तयार केली, जी दूरदर्शनवर प्रसारीत करण्यात आली. दिल्लीत 'यामिनी स्कूल ऑफ डान्स' देखील यशस्वी राहिले. यामिनी एक चांगली नृत्यकी, दिग्दर्शीका व नृत्य गुरू असण्याबरोबरच लेखिका देखील आहेत. त्यांनी 'ए पॅशन फॉर डान्स' नावाचे पुस्तक देखील लिहिले आहे. जे त्यांच्या अनुभवावर आधारीत आहे. या पुस्तकाला देखील समीक्षक व वाचकांनी डोक्यावर घेतले.

युक्ता मुखी

मिस वर्ल्ड १९९९ राहिलेल्या युक्तामुक्ती, मुंबईच्या मध्यमवर्गीय कुटुंबातल्या आहेत. त्यांनी ९४ प्रभावशाली स्पर्धेत सौदर्यावती म्हणून पहिले स्थान मिळवले.

युक्ताचा जन्म १९७९ मध्ये इंद्रपाल व अरूणा यांच्यापोटी झाला. वडिलांना कामामुळे खाडी देशात जावे लागले म्हणून कुटुंबाला देखील तिकडेच जावे लागले. त्यानंतर त्या मुंबईत येऊन स्थायीक झाल्या. युक्ताने मुंबईच्या केळकर कॉलेजामधून निज्ञानात पदवी घेतली. त्या कॉम्प्युटर ग्राफीक तसेच मास कम्युनिकेशन्सच्या क्षेत्रात आपलं करिअर घडवू इच्छित होत्या.

फेमिना मिस इंडिया स्पर्धेत भाग घेण्याची प्रेरणा त्यांना आईकडून मिळाली. यापूर्वी त्यांनी एवॉन कॉस्मेस्टिक व लॉरियल आदिसाठी रॅंप शो देखील केला होता.

युक्ता समजतात की सौंदयासोबत बुद्धिमत्तेने त्यांना या उंचीवर आणले आहे. व्यक्तीने जर ठरवले तर तो आपल्या प्रबळ इच्छा शक्तीच्या जोरावर कोणतेही यश संपादन करू शकतो. व्यक्तिमत्वामध्ये असणारं सौंदर्य अतिशय महत्वाचं आहे.

युक्ताला संगीताची चांगलीच आवड आहे व त्यांनी तीन वर्षापर्यंत शास्त्रीय संगीताचे शिक्षण देखील घेतले. सौंदर्य स्पर्धा जिंकल्यानंतर त्यांनी चित्रपट क्षेत्रात पाय ठेवला. पण इथे त्यांना फारसे यश मिळाले नाही, म्हणून त्यांनी आपल्या प्रतिभेच्या सादरीकरणासाठी दुसरे क्षेत्र निवडले.

यूजीनिया एपोस्टोल

लोकशाहीचे सत्यासोबत घनिष्ठ नाते आहे. जनतेपर्यंत सत्य पोहोचणे गरजेचे आहे. इतकेच काय पण जनतेने निवडलेले सरकार देखील अनेकदा अशी माहिती लपवून ठेवण्याचा प्रयत्न करते, ज्यामुळे लोकशाहीचा अवमान होतो. म्हणून जनता मीडीयावर विश्वास ठेवते. फिलीपीन्समध्ये यूजीनिया एपोस्टोलने ही गरज पूर्ण केली.

त्यांचे सुरूवातीचे दिवस सॉरगोसोनमध्ये गेले. जिथे त्यांचा जन्म झाला होता. वडील मनीला नॅशनल असेम्बलीत काम करू लागल्यावर त्या मनीला येथे आल्या. सँटो टोमास विद्यापीठात तत्वज्ञान शिकवायला सुरूवात केली आणि त्या कॅथॉलीक दैनिकासाठी पत्रकारीता लेखन करू लागल्या. नंतर त्या वीस वर्षांपर्यंत 'मनीला टाइम्स' व 'मनीला क्रॉनिकल'च्या सभ्य वाचक महिलांनी लिहिलेला मजकूर संपादीत करत. १९७२ मध्ये मार्शल लॉनुसार देशातील दैनिकावर मर्यादा आणल्या. १९८१ मध्ये त्यांनी एक महिला पत्रिका काढली व काही सहकार्यांना सोबत घेऊन हुकूमशाही विरोधात लेख लिहू लागल्या.

मार्कोसच्या विद्रोही 'निनॉय' च्या हत्येनंतर तर यूजीनिया बिनधास्त समोर आल्या. पानावर फोटो व जनतेच्या प्रतिक्रिया दिल्या. १९८५ मध्ये त्यांच्या स्वतंत्र नेतृत्वाखाली 'फिलीपाइन डेली इन्क्वायरर' दैनिक निघाले. या दैनिकाने 'इडसा क्रांती' च्या संदर्भात बिनधास्तपणे छापले.

एपोस्टोलने आपल्या दैनिकाची ईमानदारी व अखंडता कायम ठेवत, श्रीमती एक्वीनोच्या नवीन सरकारपासून टीकात्मक दुरावा कायम ठेवला .त्यांनी उच्च व्यावसायीक निष्कर्ष ठरविले व आपल्या पत्रकारांना पत्रकारितेचे पालन करायला सांगितली. १९९९ मध्ये त्यांनी 'पिनॉय टाइम्स'

काढला. यामुळे तत्कालीन राजकीय हालचालींचा चांगलाच समाचार घेतला. असे असले तरी वाचकाने त्यांचे कौतूकच केले. परंतु जाहीरातदार जाहीराती द्यायला पुढे येईनात. दैनिकाचे आर्थिक नुकसान झाले तर त्यांनी स्वतःचे पैसे टाकून ती पूर्ण केली.

'इडसा क्रांती' पासून खूप फायदा झाला पण भ्रष्टाचार आणि सरकारच्या दुरूपयोगावर नियंत्रण ठेवू शकल्या नाहीत. १९९६ मध्ये त्यांनी 'वर्ल्ड वाइड पीपल पॉवर' चा पाया घातला. ज्या की फिलीपीन्स पब्लिक स्कुलच्या सोयी व पातळी वाढविण्यासाठी कठिबद्ध आहेत. त्या समजतात की शिक्षण हे एक अनिवार्य सत्य आहे. ज्याच्याकडे दूर्लक्ष करून चालणार नाही.

रितु बेरी

फॅशन डिजायनर रितू बेरीनं निफ्टमधून पदवी संपादन केली. आज त्या भारतीय फॅशनच्या दुवा समजल्या जातात. त्यांनी आपल्या 'लावण्य' स्टुडिओसोबत फॅशनच्या जगात पाय ठेवला. यश मिळायला उशीर नाही लागला. अंतरराष्ट्रीय फॅशन बाजारात त्यांचा चांगलाच जम बसला.

रितु म्हणजे ब्रेन आणि ब्युटीचा सुरेख संगम आहे. त्यांनी 'हाउ टू लूक मोर बेस्ट'या नावाचे पुस्तक देखील लिहिले आहे. त्यासाठी त्यांना एक पुरस्कार देखील मिळाला आहे.

त्यानंतर त्यांचे 'संस्कृती' नावाचे पुस्तक आले. त्यांनी अनेक कार्पोरेट तसेच संस्थांचे ग्राहक, हॉटेल ह्यात रीजेन्सी, दिल्ली पोलीस बॅंड, दिल्ली माउंटेड पोलीस, सिटिजन वार्डन व इंडियन ओलंम्पीक असोसिएशनसाठी ड्रेस शिवण्याचे काम केले आहे. मीडिया फॅशन गुरूंची समीक्षा तसेच हाइ प्रोफाइल व्यक्तींने त्यांच्या ड्रेसची प्रशंसा केली आहे. त्यांनी मेनका गांधीच्या पी.एफ.ए. साठी देखील ड्रेस शिवला आहे.

त्या पहिल्या भारतीय डिझायनर आहेत. ज्यांचा संग्रह पॅरिसमध्ये सादर झाला. त्यांची स्वतःची एक खास शैली आहे. आता दिल्ली, मुंबई, बंगलोर, अमेरिका, लंडन तसेच पॅरिसपर्यंत त्यांचे ड्रेस वापरले जातात. खालील कामगिरी त्यांच्या नावावर आहे.

१९९० :'लावण्या' ची सुरूवात.

१९९१ :लिबर्टी, रीजेंट स्ट्रीटसाठी डिझाइन व निर्माता

१९९४ :दिल्ली व मुंबईत दुसरा आउटलेट, चीनमध्ये संग्रह सादर करायला संधी, भारताच्या राष्ट्रपतीकडून पुरस्कार

१९९६ :कोविटिड क्रिएटिव्ह वूमन ऑफ इयर पुरस्कार, हिंद गौरव पुरस्कार, भारत निर्माण पुरस्कार तसेच आकिया बेस्ट दिल्ली डिझायनर पुरस्कार.

१९९७ :दिल्लीत वधुंच्या ड्रेसचा आउटलेट, भारताची लोकप्रिय डिझायनर पोलमध्ये विजयी. प्रोमोस्टाइल दैनिकाने घेतलेली दखल.

१९९८ :भारत सरकारद्धारा न्यूयॉर्क, लंडन व पॅरिसच्या औपचारीक समारोहात भाग घेण्याचे निमंत्रण, सौदी अरबच्या शाही कुटुंबाकडून निमंत्रण

२००० :'जेम ऑफ इंडिया' पुरस्कार तसेच आपल्या क्षेत्रात सर्वश्रेष्ठ सादरीकरणासाठी 'प्राइड ऑफ मिलेनियम' अवार्ड,

२००६ :पहिले पुस्तक 'फायरफ्लाई-ए-फेअर टेल' चे प्रकाशन.

रीता फारिया

अंतरराष्ट्रीय सौंदर्य स्पर्धा जिंकणाऱ्या पहिल्या भारतीय महिला रीता फारिया अनेक भारतीय सौंदर्यवतींच्या प्रेरणास्त्रोत आहेत. त्यांनी १९९६ मध्ये मिस वर्ल्ड स्पर्धा जिंकली.

त्या मुंबईतील माटुंग्याच्या रहिवासी होत्या. मुंबईमधूनच त्यांनी शालेय आणि कॉलेजचे शिक्षण मिळवले. मुंबईच्या ग्रांट कॉलेजमध्ये मेडिकलचे शिक्षण घेत असताना त्यांनी 'मिस मुंबई' ही स्पर्धा जिंकली.

आपल्या एका वर्षाच्या मॉडलिंग करिअरनंतर त्या पुन्हा मेडिसनच्या क्षेत्रात आल्या. त्यांनी लंडनच्या किंग्स कॉलेज हॉस्पीटल मेडिकल स्कूलमधून डॉक्टरचा कोर्स पूर्ण केला.

किंग्स कॉलेजमध्येच त्यांची भेट डॉ डेव्हिडसोबत झाली. नंतर दोघांनी विवाह केला, अनेक वर्ष बोस्टनमध्ये राहिल्या व दोघांनी एकत्र काम केले. त्या केवळ १७ वर्षाच्या असताना चित्रपटात काम करण्याचा प्रस्ताव पण आला होता. परंतु आईने तसे करू दिले नाही.

त्या १९७३ पासून आयरलँडच्या डबलिन शहरामध्येच वास्तव्याला आहेत.

लता मंगेशकर

स्वर सम्राज्ञी लता मंगेशकरने चित्रपट गीते, गझल, भजन व पॉप संगीत आणि सर्व प्रकाराला आपला मधूर आवाज दिला. लोकप्रिय भारतीय संगीताची सम्राज्ञी लता मंगेशकर यांचा जन्म २५ सप्टेंबर १९२९ मध्ये इंदोर मध्ये झाला. जवळ-जवळ २० भारतीय भाषामध्ये ३०.००० पेक्षा जास्त गाणी गाणारी लता म्हणजे चमत्कारच आहे. त्यांचा गोड गळा हा अनेक देशातील लोकांसाठी कुतुहलाचा विषय आहे.

त्यांचे वडील दीनानाथ मंगेशकर एक शास्त्रीय गायक होते तसेच थिएटर कंपनी चालवत. वयाच्या पाच वर्षापासूनच गायन करीत. संगीताची प्रतिभा जन्मजात होती. वडिलाच्या मृत्यूनंतर घर खर्च भागविण्यासाठी त्यांनी अनेक चित्रपटासाठी गीत गायले. सर्व प्रथम त्यांनी 'आपकी सेवा' चित्रपटासाठी गीत गायले पण लोकांचे त्यांच्याकडे लक्ष गेले नाही. त्याकाळात जाड गळयाच्या गायीकेची चलती होती.

नूरजहाँच्या आवाजासमोर लताचा आवाज दूर्लक्षीत केल्या गेला. परंतु लवकरच 'बरसात', 'अंदाज', 'दुलारी' आणि 'महल' चित्रपटातील लताच्या आवाजाने खळबळ माजवून दिली.

लताने आपल्या गाण्याची स्टाईल बदलली. उर्दू शिकून घेतली. म्हणजे शब्द समजून घ्यायला कठीण जाणार नव्हते. १९६० मध्ये मुहम्मद रफीसोबत त्यांचे संबंध खराब झाले. मानधनाच्या पैशावरून त्यांच्यासोबत गायला नकार दिला. १९५७-६२पर्यंत त्यांनी एस.डी.बर्मनसोबत गायले नाही. नंतर त्यांचे जमले.

एक वेळ अशी आली की चित्रपट अभिनेत्र्या एखाद्या चित्रपटात काम करण्यापूर्वी अट घालू लागल्या की त्यांना लता मंगेशकरांचा आवाज असेल. लताने संगीताला साधना समजलं आणि त्याच संगीताने त्यांना लोकांच्या मनात जागा दिली.

लताजी लंडनच्या रॉयल अल्बर्ट हॉलमध्ये गाणाऱ्या पहिल्या भारतीय महिला ठरल्या. देश-विदेशात आपल्या स्वरांची जादू करणाऱ्या लताजींना राष्ट्रीय अंतरराष्ट्रीय पुरस्काराशिवाय

अनेक फिल्म फेअर पुरस्कार देखील मिळालेत. सन १९८८ मध्ये 'पद्मभूषण' तसेच १९९९ मध्ये 'पद्मविभूषण' देवून सन्मानीत करण्यात आले.

२५ जानेवारी २००१ ला त्यांना 'भारतरत्न' पुरस्कार देवून सन्मानीत करण्यात आले. ईश्वर करो आणि त्यांचा सुमधुर आवाज असाच आपल्याला ऐकायला मिळत राहो.

लारा दत्त

लारा दत्ता नव्या शतकाची पहिली मिस युनीव्हर्स म्हणून निवडल्या गेली होती. त्यांचा जन्म १६ एप्रिल १९७८ ला गाजियाबादेत झाला. त्यांचे वडील ए.के.दत्ता विंग कमांडर होते. आई जेनीफर दत्ताने तीन आपत्यांना जन्म दिला. लारा सर्वात धाकटी आहे. लाराने बंगलोरमधून हायस्कूलचे शिक्षण पूर्ण केले तसेच मुंबई विद्यापीठातून अर्थशास्त्रात डिग्री मिळवली.

मीडिया व जर्नलिज्ममध्ये आवड असली तरी मौडलिंग त्यांचा व्यावसाय बनला. लारा अतिशय सुंदर आहे.

त्यांनी सर्वप्रथम ग्लॅडरॅग मॉडलिंग स्पर्धेत भाग घेतला. नंतर जर्मनीत मिस इंटरकॉन्टीनेटंलचा पुरस्कार मिळवला. त्यांनी सिनरजी, सिएट कोक व स्प्राइट आदीसाठी जाहीराती दिल्या.

सन २००० मध्ये त्या मिस यूनीव्हर्स बनल्या. नंतर त्यांनी चित्रपट क्षेत्रात पदार्पन केले. तामिळ चित्रपटापासून करिअरची सुरूवात केली. त्यांनी 'मुंबई से आया मेरा दोस्त', 'मस्ती', 'नो एंट्री', 'काल','जिंदा', 'दोस्त' व 'अंदाज' सारख्या हिंदी चित्रपटात काम केले आणि 'अंदाज' चित्रपटाबद्दल त्यांना फिल्म फेअर पुरस्कार देखील मिळाला.

धाडसी वृत्तीच्या लाराला बंजी जंपिंग, पॅरा-ग्लाइडिंग व व्हाइट वाटर राफ्टिंग सारख्या खेळाचीही आवड आहे. त्यांना स्वयंपाक करण्याची आवड आहे. एडस् कार्यक्रामातून त्यांनी जनजागृती केली आहे.

लॉरा बुश

लॉरा बुश यांचा जन्म १४ नोव्हेंबर १९४६ ला मिडलँड टेक्सासमधील हेरॉल्ड व जीना वेल्क यांच्यापोटी झाला. त्यांनी १९६८ मध्ये दक्षिणी मेथोडिस्ट विद्यापीठातून बी.एस.सी. ची डिग्री प्राप्त केली. त्यांनी डलास व हाउसटनच्या पब्लिक स्कूलमधून शिक्षण घेतले. १९७३ मध्ये ग्रंथालयशास्त्रात डिग्री प्राप्त केल्यावर त्या शाळेच्या ग्रंथालयाच्या अध्यक्ष म्हणून काम करू लागल्या. १९७७ मध्ये त्यांची भेट वाकर बुश यांच्यासोबत झाली. नंतर त्यांनी विवाह केला. त्यांना बारबरा आणि जीना अशा दोन जुळ्या मुली झाल्या.

लॉरा बुश शिक्षण, आरोग्य व मानवाधिकार सारख्या राष्ट्रीय व जागतीक विषयावर सक्रिय आहेत. मार्च २००५ मध्ये त्या अफगणिस्तानच्या दौऱ्यावर गेल्या, त्यांना तालिबानी सत्तेनंतरच्या परिस्थितीचा आढावा घ्यायचा होता, त्या काबुलच्या टीचर ट्रेनिंग इंस्टिट्यूमध्येही गेल्या. त्यांनी राष्ट्रपतींना भेटून आश्वासन दिले की अमेरिका, अफगणिस्तानमधील नव्या लोकशाही सरकारला मदत करीन. स्त्री-पुरषांना समान अधिकार दिल्या जावेत.

२००१ मध्ये श्रीमती बुश यांना साप्ताहीक रेडिओ प्रसारणाची संधी मिळाली. त्यांनी तालिबान पीडित स्त्रीयांच्या बाजूने आवाज उठवला. त्या संयुक्त राष्ट्राच्या लिटरेरी डिकेडच्या मानद अम्बॅसॅडर आहेत तसेच स्त्रींया व मुलींच्या शिक्षणासाठी जागृती निर्माण करण्याच्या प्रयत्नात आहेत.

श्रीमती बुश खास करून तरूण व मुले यांच्याशीसंबंधीत समस्येवर लक्ष देत आहेत. त्यांचे मत आहे की प्रत्येक मुलाला त्याच्या जीवनाचा आदर्श ठरेल असा रोल मॉडेल मिळाला पाहिले. हे गरजेचे नाही की ते आई-वडिलच असावेत.

श्रीमती बुश काही अशा कार्यक्रमावर पण काम करीत आहेत. जे लहान मुलांच्या पालन-पोषणावर संसोधीत आहेत. त्या 'टीच ऑफ अमेरिका', 'द न्यू टीचर प्रोजेक्ट' व 'टूप्स टू टीचर' साराख्या कार्यक्रमाला समर्थन देतात.

श्रीमती बुशने अमेरिकेची संस्कृती व नैंसर्गीक साधन संपत्तीचे जतन करण्याची सुरूवात केली आहे. त्या अमेरिकन नागरीकांना नेहमीच प्रोत्साहन देत राहातात. त्यांची अपेक्षा आहे की सर्वांनी मिळून देशाच्या संस्कृतीला व नैसर्ग वारशाला कायम ठेवावं.

लैला अली

इतिहासाचे प्रसिद्ध बॉक्सरपैकी हॅवीवेट चॅंपियन मुहम्मद अली व वॅरोनिका पोर्शे अलींची मुलगी लैला अलीने १९९९ मध्ये वयाच्या २१ व्या वर्षी बॉक्सींगच्या क्षेत्रात पाय ठेवला. त्यांनी पहिल्याच फेरीत आपल्या प्रतिस्पर्ध्याला जेरीस आणले.

अलीने एकामागून एक सामने जिंकले. त्यांना या क्षेत्रात अनेक पुरस्कार मिळाले. असे असले तरी सुरूवातीपासूनच त्यांना या क्षेत्रात यायचे नव्हते. त्यांनी सॅंटा मोनिका कॉलेजातून बिझनेस मॅनेजमेंटची डिग्री प्राप्त केली होती आणि त्या दक्षिण कॉलिफोर्नियात एक नेल सलून देखील चालवत होत्या. नंतर एक दिवस टी.व्ही. वर बॉक्सींग मॅच पाहिली आणि त्या तिकडे वळल्या.

त्यांनी आपला व्यावसाय विकून खेळाचे प्रशिक्षण घेतले. मैदानात यश संपादन केल्यावर त्या एकसारख्या नव्या योजनावर काम करीत राहिल्या. २००६ मध्ये त्यांनी स्पोर्ट ड्रामा 'ऑल यू हॅव गॉट' मध्ये काम केले. नंतर त्या नृत्यक्षेत्रात उतरल्या. शो मध्ये अनेक आठवडे त्यांनी आपल्या जोडीदारासोबत घालवले आणि तिसऱ्या स्थानावर आल्या.

वसुंधरा राजे

राजस्थानच्या माजी मुख्यमंत्री वसुंधरा राजेंचा जन्म ८ मार्च १९५३ ला मुंबईत झाला. त्या राजमाता विजयाराजे सिंधिया व ग्वालियरचे जीवाजीराव सिधिंया यांच्या सुकन्या आहेत. १७ नोव्हेंबर १९७२ ला त्यांचा विवाह ढोलपुरचे माजी महाराज हेमंत सिंह यांच्यासोबत झाला.

वसुंधराचे शालेय शिक्षण कोडेकनलच्या प्रजेटेशन कॉन्व्हेंटमधून झाले. नंतर त्यांनी मुंबई विद्यापीठातून सोफिया कॉलेजमधून अर्थशास्त्र व राज्यशास्त्रात पदवी मिळवली. १९८४ मध्ये आपल्या आईच्या सांगण्यावरून त्यांनी राजकारणात प्रवेश घेतला. त्यांनी बी.जे.पी. मध्ये अनेक पद सांभाळले व १९८५ मध्ये राजस्थानच्या लेजिस्लेटिव्ह असेम्बलीसाठी

निवडल्या गेल्या. १९८९ पासून त्या एकसारख्या चार वेळा झालवाडमधून लोकसभेवर गेल्या. वाजपेयींच्या सरकारमध्ये त्या बाह्य प्रकरण राज्यमंत्री होत्या.

२००३ मध्ये त्यांनी बी.जे.पी. सोबत राजस्थानात शानदार विजय मिळवला. त्यांचे पुत्र दुष्यंत सिंह, त्यांच्या माजी मतदार संघातून लोकसभेसाठी निवडल्या गेले. वसुंधरा राजेने आपल्या कार्यकाळात सामाजीक बाजूंवर व राज्यातील निर्माणावर जोर दिला परंतु स्थानीक नेते व जातीच्या नावावर हिंसा पसरवणाऱ्यांचा विद्रोह देखील सहन करावा लागला.

२००७ मध्ये त्यांना संयुक्त संघाने 'वूमन टूगेदर' पुरस्काराने सन्मानीत केले. वसुंधरा सरकारने भीणा जातीला आरक्षणाचा अधिकार दिला तर गर्जर जातही आरक्षणाची मागणी करू लागली. नॅशनल हाइवे आडवण्यात आले तसेच हिंसाचाराच्या घटना घडल्या.

त्यांच्या प्रशासनकाळात भष्टाचाराचा मुद्दा देखील समोर आला. त्यांचा विकास आणि सामाजीक योजना दिल्या असताना जातीयवाद, भ्रष्टाचार आदीकारणामुळे २००८ च्या निवडणूकीत पराभव पत्कारावा लागला.

वांगरी मथाई

नोबेल पुरस्कार प्राप्त वांगरी मथाई यांचा जन्म केनिया, पूर्व अफ्रिकेत १९९० मध्ये झाला. प्रोफेसर मथाई माउंट सेंट स्कॉलास्टिका कॉलिजमधून विज्ञानाची पदवी घेतली. पिटसूबर्ग विद्यापीठातून जीवनशास्त्रात पदवीत्तोर शिक्षण घेतले तसेच जर्मनी व नेरोबी विद्यापीठातून डॉक्टरेट मिळवली. नेरोबी विद्यापीठातून एनाटॉमीमध्यू पी.एच.डी. केली. त्या नेरोबी विद्यापीठात सिनियर प्रोफेसर म्हणून जाणाऱ्या पहिल्या महिला बनल्या.

१९७६ ते ८७ पर्यंत त्या नॅशनल काउंसिल ऑफ वूमन केनियात सक्रिय राहिल्या व काही काळासाठी त्या सभापती देखील राहिल्या. एन.सी.डब्ल्यू काम करीत असताना त्यांनी सल्ला दिला की सामान्य लोकांच्या मदतीने वृक्षारोपन केल्या जावे. त्यांनी 'ग्रीन बेल्ट मूव्हमेंट' द्वारा महिलांना वृक्ष लागवडीसाठी प्रोत्साहीत केले. ज्यामुळे पर्यावरणाचे रक्षण होऊ शकेल व त्यांच्या जीवनातील गुणवत्तेत सुधारणा होईल. महिलाच्या समूहाने स्कूल, चर्च व शेतात ३० मिलियनपेक्षाही अधिक झाडे लावली.

१९८६ मध्ये त्यांनी पॅन-अफ्रिकन ग्रीन बेल्ट नेटवर्कची सुरूवात केली. अनेक अफ्रिकी देश पर्यावरण संरक्षण व महिला सशक्तीकरणाच्या या कार्यक्रमात सहभागी झाल्या. दुसऱ्या देशानेही या गोष्टीची सुरूवात करण्यासाठी संस्था स्थापन केल्या. ज्यामध्ये तंजानिया, युगांडा, मालावी, लीसोथी, इथोपिया व झिम्बाम्बे आदी प्रमुख आहेत.

१९९८ मध्ये प्रोफेसरने जुबली २००० अफ्रिका अभियान सुरू केले. ज्यामध्ये गरीब अफ्रिकन देशांचे कर्ज माफ करण्याची मागणी होती. त्यांनी 'लँड ग्रॅबिंग' द्वारा त्या निर्माणकर्त्यांना नियंत्रणात आणले ज्यांनी सार्वजनीक संपत्तीवर कब्जा केला होता. जंगल-जमिनीवर अतिक्रमणाच्या आंदोलनाने तर सर्वांचे लक्ष त्यांच्यावर केंद्रित झाले.

डिसेंबर २००२ मध्ये त्या केनियाच्या संसद संदस्या म्हणून निवडल्या गेल्या. आता या टेटू मतदारसंघाचे प्रतिनिधीत्व करतात. जानेवारी २००३ मध्ये राष्ट्रपती मवाई किवाकीने त्यांना पर्यावरण व नैसर्गीक संसाधनात सहायक मंत्री म्हणून नियुक्त केले, आजही त्या पदावर आहेत.

या दरम्यान नोबेल पुरस्काराशिवाय त्यांच्या आंदोलनाला खालील पुरस्कार देखील प्राप्त झाले. सोफी पुरस्कार (२००४), पर्यावरणासाठी पॅट्रा केली पुरस्कार (२००४), कोलंबिया विद्यापीठाचा कंझर्वेशन साइंटिस्ट पुरस्कार जे, स्टर्लिंग मार्टन पुरस्कार (२००४), वांगो एन्व्हायरमेंट पुरस्कार (२००३), माउट स्टॅंडिंग व्हिजन व कमिटमेंट पुरस्कार (२००२), केनिया समुदाय व एक्सीलेन्स अवार्ड, द गोल्डन आर्क पुरस्कार, (१९९४), द ज्यूनिअर हॉलीस्टर पुरस्कार (२००१), जेन एडम्स लीडरशीप पुरस्कार (१९८३), द एडिनबर्ग मेडल (१९९३), लीडरशीपसाठी यू.एन. अफ्रिकी पुरस्कार आदी.

त्यांना अनेक विद्यापीठाकडून मानद उपाध्या देखील प्रदान करण्यात आल्या. त्या अनेक संस्थांच्या पदावर देखील आहेत, जसे की 'द जेन गुडऑल इंस्टिट्यूट', 'वर्ल्ड सर्व्हिंग फॉर इंटरनॅशनल डेव्हलपमेंट' व 'नॅशनल काउंसिल ऑफ वूमन ऑफ केनिया' आदी.

विजयालक्ष्मी पंडित

पंडित जवाहरलाल नेहरूंची बहिण विजयालक्ष्मी पंडित संयुक्त राष्ट्र महासभेच्या पहिल्या अध्याक्षा होत्या. विजयालक्ष्मींचा जन्म जुन १९०० मध्ये झाला. आपल्या देशाच्या राजकारणाशी त्यांचे घनिष्ठ नाते होते.

१९२१ मध्ये त्यांचा विवाह रंजीत सिताराम पंडितसोबत झाला. कॅबिनेटमध्ये सन्मानीय पद प्राप्त करणाऱ्या त्या पहिल्या महिला राहिल्या. वर्ष १९३७ मध्ये त्या स्थानीक स्वराज्य संस्थेच्या मंत्री बनल्या व त्या पदावर दोन वर्ष

राहिल्या. स्वातंत्र्यापूर्वी त्यांनी भारताच्या राजकीय सेवेत पाय ठेवला. त्या सोव्हिएट संघ आयरलंड, अमेरिका व मॅक्सिकोसारख्या देशात भारताच्या राजदूत राहिल्या. १९६२ ते १९६४ पर्यंत त्या महाराष्ट्राच्या गर्व्हनर राहिल्या. त्या त्यांच्या बंधूच्या मतदार संघातून म्हणजे फुलपूरमधून लोकसभेवर गेल्या. १९६८ पर्यंत त्या त्याच पदावर राहिल्या. इंदिरा गांधी त्यांच्या भाच्या असल्यातरी त्यांच्यासोबत त्यांचे फारसे चांगले संबंध नव्हते.

१९६६ मध्ये इंदिरा पंतप्रधान बनल्या तर विजयालक्ष्मीजींने सक्रिय राजकारणातून माघार घेतली. स्वइच्छेने राजकारणातून माघार घेतल्यावर त्या देहरादूनला गेल्या. १९७९ मध्ये त्या संयुक्त राष्ट्र संघाकडून भारताच्या प्रतिनिधी म्हणून नियुक्त झाल्या. नंतर सार्वजनीक जीवनापासून दूर गेल्या. त्यांना लेखनाची देखील आवड होती. 'द इव्होल्यूशन ऑफ इंडिया' १९५८, 'स्कोप ऑफ हॅपिनेस', 'पर्सनल मेमायर' १९७९, ही त्यांची काही पुस्तके. त्यांची कन्या नयनतारा सहगल देखील एक नावाजलेल्या कादंबरीकार आहेत.

१९९० मध्ये विजयालक्ष्मी पंडित यांचे निधन झाले.

विजयाराजे सिंधिया

विजयाराजे सिंधिया भारतीय जनता पक्षाच्या वरिष्ठ नेत्या तसेच ग्वालियरच्या शाही घराण्याच्या राजमाता आहेत. त्यांनी ग्वालियरच्या शाही घराण्याचं असण्याशिवाय राजकारणात चांगलीच जागा निर्माण केली.

त्यांचा जन्म १९१९ मध्ये मध्यप्रदेशच्या के सागर नावाच्या ठिकाणी 'लेखा दिव्येश्वरी' म्हणून झाला. आजी-आजोबानं त्यांचं पालन-पोषण केलं. त्यांचे आजोबा नेपाळचे एक निर्वासित राणा होते. त्यांच्या आई बालपणीच त्यांना सोडून गेल्या. वडील महेंद्र ठाकुर सिंह डिप्टी कलेक्टर होते. त्यांनी कुटुंबाला सांभाळण्यासाठी दुसरा विवाह केला.

राजमातेचं प्राथमीक शिक्षण घरीचं झालं. नंतर त्यांनी बनारसच्या कॉलेजात तसेच लखनौच्या ईसावेला थोवर्न कॉलेजातून शिक्षण पूर्ण केलं.

स्वतंत्र्य आंदोलनाने प्रेरीत होऊन त्यांनी देखील त्यात सहभाग घ्यायला सुरूवात केली. १९४१ मध्ये त्यांचा विवाह ग्वालियरचे महाराज ज्योतिराव सिंधियासोबत झाला आणि त्या विजयाराजे सिंधिया झाल्या.

१९६० मध्ये पतीचा मृत्यू झाल्यानंतर त्यांचे बंधू सरदार अंगरे हेच त्यांचे राजकीय गुरू बनले.

१९६२ मध्ये त्यांनी कॉंग्रेसच्या तिकीटावर राजकारणात प्रवेश केला. पाच वर्षानंतर ते भारतीय जनसंघात सहभागी झाले. त्यांनी करेरा मतदार संघातून निवडणूक लढवली व राज्याचा कारभार सांभाळला.

१९८० मध्ये त्या भा.ज.पाच्या उपाध्यक्ष बनल्या. त्यांनी अयोध्या मुद्यावर चांगली मदत झाली. बिघडत चाललेल्या आरोग्याच्या तक्रारामुळे त्यांनी १९८८ मध्ये उपाध्यक्ष पदाचा राजीनामा दिला.

त्यांचे स्वर्गीय पुत्र माधवराव सिंधिया देखील अनेक वर्ष सक्रिय राजकारणात राहिले. त्यांची मुलगी यशोधरा राजे तसेच वसुंधराराजे (राजस्थानच्या माजी मुख्यमंत्री) देखील राजकारणात होत्या.

'द लास्ट महाराणी ऑफ ग्वालियर' हे त्यांचे आत्मकथन अंतरराष्ट्रीय तापळीवर बेस्ट सेलर राहिले. जानेवारी २००१ मध्ये त्यांचे निधन झाले.

शकुंतला देवी

शकुंतला देवीला खास करून 'मानवी कॉप्युटर' म्हणून ओळखण्यात येते. त्या कसल्याही साधनाचा उपयोग न करता जटील अशा स्वरूपाचे गणित सोडवतात. त्यांच्या या असाधरण क्षमतेसाठी गिनीज बुकमध्ये त्यांची नोंद झाली आहे. गणिताशिवाय त्या ज्योतिषशास्त्रात देखील विशेष क्षमता बाळगून आहेत.

त्यांचा जन्म १९३९ मध्ये बंगलोर, कर्नाटकच्या नावाजलेल्या ब्राह्मण कुटुंबात झाला. त्यांनी आपल्या आजोबाकडून गणिताचे प्राथमीक धडे घेतले. वयाच्या पाच वर्षापासूनच त्यांची बौद्धिक क्षमता दिसू लागली. त्या

मानसिक अंकगणितात चांगल्याच निपूण होत्या. १९७७ मध्ये त्यांनी २०१ अंकाचा २३ वे मूळ मानसिक स्वरूपात काढले होते. वयाच्या सहाव्या वर्षी त्यांनी म्हैसूर विद्यापीठाचे मोठे प्रोफेसर व गणितज्ञासमोर आपल्या बुद्धीमतेचं प्रदर्शन केले. वयाच्या आठव्या वर्षी त्यांनी अन्नामलाई विद्यापीठात आपले प्रदर्शन केले.

१८ जून १९८० ला शकुंतला देवीने २८ सेकंदात १३ अंकाच्या दोन संखांचा गुणाकार सांगितला. त्यांनी लंडनच्या इंपिरियल कॉलेजच्या कॉम्प्युटर डिपार्टमेटद्वारा निवडलेल्या अंकाचे ७,६८६,३६९,७७४,८७० x २४६५,०९९,७४५,७७९ चे उत्तर २८ सेकंदात दिले. ज्याचं खरं उत्तर १८,९४७,६६८,१७७,९९५,४२६,४६२,७७३,७३० होतं. ही घटना गिनीज बुकमध्ये नोंद आहे. अनेक देशांनी त्यांना त्यांच्या ह्या असामन्य बुद्धीमत्तेच्या सादरीकरणासाठी बोलावले आहे.

त्या स्वतःला 'मानवी कॉम्प्युटर' म्हणून घ्यायला पसंत करीत नाहीत. त्यांचे म्हणणे आहे की व्यक्तीचा मेंदू कॉम्प्यूटरपेक्षाही तल्लख आहे. त्यांना वाटते की मनुष्याने त्यांच्या बुद्धिमत्तेचा जास्तीत जास्त उपयोग करावा.

त्यांनी देश-विदेशात विद्यार्थी, राष्ट्रपती, नेते, पंतप्रधान यांच्यासमोर आपली गणिताची बृद्धिमत्ता दाखवली. त्या विद्यार्थ्यांना गणित शिकवण्याची प्रेरणा देतात.

त्यांनी फनेक पुस्तके लिहिली आहेत. 'जॉय ऑफ नंबर्स' मध्ये मानसिक गणना करण्याचे फॉर्म्युले आहेत. याशिवाय 'पझल्स टू पझल यू',' मोर पझल्स टू पझल यू', 'द बुक ऑफ नंबर्स', मॅथेमॅटिकल ॲबिलिटी', 'द मॅथ जीनियस इन मोर चाइल्ड', 'अस्ट्रॉलॉजी फॉर यू', 'परफेक्ट मर्डर' व 'इन द वंडरलँड ऑफ नेबर' देखील उल्लेखनीय आहेत.

शहनाज हुसैने

कार्पोरेट दुनियेतली नावाजलेली व्यक्ती शहनाज हुसैन आपल्या सौंदर्य उत्पादनासाठी संपूर्ण जगात प्रसिद्ध आहेत. त्या लोकांना त्वचा टवटवीत ठेवण्यासाठी नव्या-नव्या पद्धती शिकवतात.

त्या एका शाही मुस्लीम कुटुंबातील आहेत. आयरिश कॉन्व्हेंटमधून शिक्षण घेतलेल्या शहनाजला कट्टरपंथीय कुटुंबात जन्म घेऊनही आधुनिक शिक्षण घेण्याची संधी मिळाली. त्यांना कविता तसेच इंग्रजी साहित्यात विशेष आवड आहे.

वयाच्या पंधराव्या वर्षीच त्यांचा विवाह झाला आणि दुसऱ्याच वर्षी त्या आई झाल्या. त्या आपल्या पतीसोबत तेहरानला राहायला गेल्या. तिथेच त्यांना सौंदर्य उत्पादनात आवड उत्पन्न झाली. त्यांनी 'कॉस्मेटोलॉजी' शिकवण्याचा विचार केला. त्याच दरम्यान त्यांना माहित झाले की हानिकारक रसायनाचा शरीरावर किती वाईट परिणाम होतो. नंतर त्यांच्या लक्षात आले की यापासून बचाव करण्याचा एकमात्र उपाय आहे, 'आयुर्वेद'. त्यांनी लंडन, पॅरिस, न्यूयॉर्क व कोपरेगन केंद्रातून कॉस्मेटिक थेरपीचे प्रशिक्षण घेतले. त्यांनी सर्वप्रथम भारतात त्यांचे पहिले ब्युटी सलून उघडले जिथे आयुर्वेदिक उत्पादनाचा उपयोग केल्या जात होता. तेथूनच त्यांनी हर्बल उत्पादनाच्या क्षेत्रात पाय ठेवला. त्यांच्या कंपनीने उत्पादीत केलेला माल ब्लूमिंग डेल्स (न्यूयॉर्क), हेरॉडस अँड सेल्फरिजस (लंडन), सीबू जापान, गॅलरीज लॅफ्ते (पॅरिस), व 'ला रीनमेंट' (मिलान) सारख्या अंतरराष्ट्रीय स्टोअर्सपर्यंत जातो.

शहनाजच्या उत्पादनाला संपूर्ण जगात एक ओळख मिळाली आहे. कारण त्यांच्या उत्पादनामुळे त्वचेचे काही नुकसान होत नाही व ती आतून सौंदर्य प्रसाधने उत्पादीत करण्याच्या कामी व्यस्त आहेत. म्हणजे अंतरीक्षात त्यांच्या त्वचेला कसली इजा होणार नाही.

शहनाज हुसैन हर्बल्सने ४०० पेक्षा अधिक उत्पादने लॉंच केली आहेत. त्या अमेरिकेपासून ते आशियापर्यंतच्या बाजारपेठेवर राज्य करीत आहेत. त्यांना 'द आर्क ऑफ युरोप गोल्ड स्टार फॉर क्वालिटी', 'द २००० मिलेनियम मेडल ऑफ ऑनर' 'राजीव गांधी सद्भावना पुरस्कार' व इतर अनेक पुरस्काराने सन्मानीत करण्यात आले आहे.

शीरीन इबादी

शीरीन पहिल्या ईराणी आहेत ज्यांना नोबेल देवून सन्मानीत करण्यात आले आहे. त्यांना त्यांच्या देशात इराणमध्ये मानवाधिकार व लोकशाहीसाठी चालविण्यात आलेल्या अभियानासाठी नोबेल देवून सन्मानीत करण्यात आले.

त्यांचा जन्म १९४७ मध्ये इराणच्या 'हमदान' मध्ये झाला. त्यांचे मुस्लीम कुटुंब शिक्षण क्षेत्राशी संबंधीत होते. शीरीनने तेहरान विद्यापीठातून पदवी प्राप्त केली आणि देशातली पहिली महिला

जज बनल्या. १९८९ च्या इस्लामीक क्रांतीनंतर त्यांना राजीनामा देण्यास भाग पाडले. कारण स्त्रीला जज होण्याचा अधिकार नव्हता.

बेरोजगार असण्याच्या काळात त्यांनी अनेक पुस्तके लिहिली व मानवाधिकारावर अनेक लेख देखिल लिहिले. १९९२ मध्ये त्यांना वकिलीचे प्रमाणपत्र मिळाले, ज्याच्या आधारे त्या वकिली करू शकल्या. त्यांनी बाल शोषण आणि हत्या या संदर्भातले खटले चालवले. त्यांनी दोन गैर सरकारी संस्था (ईरानियन सोसायटी फॉर प्रोटेक्टिंग द राइटस ऑफ चाइल्ड, सेंटर फॉर द डिफेन्स ह्यूमन राइटस्) ची स्थापना केली.

त्या फारच शांत आणि नम्र स्वभावाच्या आहेत. परंतु त्या संवेदनशील राजकीय मुद्यावर मोकळेपणाने बोलतात. इराणमधील त्यांच्या मानवाधिकार कार्याच्या संदर्भात त्यांना संपूर्ण न्यायालयाबरोबर दोन हात करावे लागले. त्यामुळेच त्यांना २००० मध्ये जेलमध्ये जावे लागले.

त्यांना इराणमधील सुधारणावादी आंदोलनाच्या नावाजलेल्या नेत्या समजले जाते. वेळोवेळी रूढीवादी नेत्याचा आक्रोश सहन करावा लागतो. त्या दोन मुलांच्या आई आहेत. नोबेल वगळता त्यांना इतरही अनेक पुरस्कार देण्यात आले आहेत.

शोभा डे

प्रसिद्ध कादंबरीकार शोभा डे यांचा जन्म ७ जानेवारी १९४७ ला महाराष्ट्रातील सारस्वत कुटुंबात झाला. शोभा राजाध्यक्षांना आता भारताच्या 'जॅकी कॉलिन्स' असे देखील म्हणण्यात येत आहे. त्यांनी मुंबईच्या सेंट झेवियर कॉलेजातून मानसशास्त्रात पदवी घेतल्यानंतर मॉडलिंगमध्ये करिअरची सुरूवात केली.

त्यानंतर त्या पत्रकारितेच्या क्षेत्रात आल्या. त्यांनी 'स्टारडस्ट' 'सोसायटी' व 'सेलीब्रिटी' नावाचे तीन साप्ताहीके काढली. आता त्या दैनिकातील व साप्ताहीकातील लिखानात व्यस्त आहेत.

त्याचं लेखन शहरी भागातील विभिन्न विषयावर आहे. सुरूवातींचे लेखन चांगलेच वादग्रस्त ठरले. त्यांनी दूरदर्शनवरील दीर्घ मालीका 'स्वाभिमान'साठी स्क्रिप्ट लिहिले.

अलिकडे त्या 'द वीक' या पाक्षिकात स्तंभकार आहेत. त्यांच्या लेखनात नव्या पिढीच्या व्यवहाराबद्दलचा असंतोष दिसून येतो. अनेकदा त्यांनी त्यांच्या स्तंभातून लिहिलेल्या 'द सेक्स' वर देखील आक्षेप घेतला जातो.

स्ट्रेंज आब्जेशन, स्नॅपशॉटस्, स्टारी नाइटस् सिस्टर्स व अनसर्टेन लाइजन आदी प्रमुख त्यांची पुस्तके आहेत.

सराह पालिन

चार्ल्स 'चक' व सराह 'सॅली' ची पुत्री सराह पालिन वयाच्या तिसऱ्याच वर्षी अलास्काला आल्या. जिथे त्यांचे वडील एक शिक्षक तसेच आई स्कूल सेक्रेटरी म्हणून काम करू लागल्या. सराहाचे बालपण वासिला या ठिकाणी गेले. तिची कामगिरी पाहून आई-वडील हेच सांगत की आम्ही राजकारणी नाही आहोत, त्यांच्या मुलींना राजकारणात आवड कशी उत्पन्न झाली माहित नाही.

असे असले तरी त्यांचे वडील मान्य करतात की सराह बालपणापासूनच फारच हट्टी स्वभावाची होती. तिला नकार देणे त्यांच्यासाठी सोपे नव्हते. आई मुलांना न चुकता चर्चमध्ये घेऊन जाई. हायस्कूलला असताना सराहने क्रिश्चनप ॲथलीट फेलोशीपचे नेतृत्व केलं. शिकार आणि शूटिंगचा छंद त्यांना वडिलाकडून वारशानं मिळाला. त्या नॅशनल रायफल असोशिएनच्या आजीवन्ा सदस्या आहे.

हाइस्कूलमध्ये असताना त्यांनी क्रॉस कंट्री रेसमध्ये भाग घेतला. पण त्या बास्केटबॉलला जीवन बदलून टाकणारा अनुभव समजतात. १९८२ मध्ये त्यांनी स्टेट चॅपियनशीपचे नेतृत्व केले. त्या आपली आक्रमकता तसेच तीव्र उत्तेजनामुळे 'सराह बाराकुडा' म्हणून ओळखल्या जावू लागल्या.

एका कौटुंबिक मित्राच्या मदतीने त्यांनी मिस वसीला सौंदर्य स्पर्धेत भाग घेतला तसेच पुरस्कारही मिळवला. त्या मिस अलास्क पुरस्काराच्या उप विजेता ठरल्या.

१९८७ मध्ये त्यांनी इडाहो विद्यापीठातून पत्रकारिता व राज्यशास्त्रात पदवी प्राप्त केली. १९८८ मध्ये त्यांनी टॉड पालिनबरोबर विवाह केला. त्या एक व्यावसायीक मच्छिमार म्हणून आपल्या पतीला घरगुती कामात मदत करीत.

सर्वप्रथम त्यांनी १९९२ मध्ये २८ व्या वर्षी वसीला सिटी काउंसिलमध्ये स्थान निर्माण केले. १९२६ मध्ये त्या वसीलाच्या मेअर बनल्या. तसेच तीन कार्यकाळ पूर्ण केले. २००२ मध्ये त्या लेफ्टिनंट गव्हर्नर म्हणून नियुक्त झाल्या तसेच पहिल्या राजकीय पराभवाला तोंड दिले. २००३ मध्ये त्यांची नियुक्ती अलास्का ऑयल अँड गॅस कॉझरवेशन कमीशनमध्ये झाली पण त्यांनी २००६ मध्ये त्या गव्हर्नर म्हणून निवडल्या गेल्या.

ग्लोबल वार्मीग या विषयाला त्यांनी सार्वजनीक समस्या म्हणून समोर आणले.

त्यांच्या राजकीय विचारामध्ये कट्टरवादी ख्रिश्चनता दिसून येते. त्यांच्या गर्भातीला पाचव्या मुलाला डाउन सिड्रोम झाला होता.

एनकोरेज डेली न्यूज ने त्यांना 'द जॉन ऑफ आर्क ऑफ अलास्का पॉलिटिक्स' म्हटले आहे आणि अमेरिकेच्या लोकप्रिय राजकिय नेत्यापैकी एक समजले आहे.

त्या मानतात की त्या केवळ अलास्काच्या नागरीक आहेत.

सानिया मिर्जा

सानियाचा जन्म मुंबईत १५ नोव्हेंबर १९८६ ला झाला. त्यांचे पालन-पोषण हैद्राबादमध्ये झाले. वडील इमरान मिर्झाने त्यांना वयाच्या सहा वर्षापासूनच टेनिस खेळायचे शिकवले. सानियाच्या करिअरचा ग्राफीक चांगलाच चढता आहे. त्या एकेरी सामन्यात २७ व्या व दुहेरीमध्ये १८ व्या स्थानी आहेत. त्या डब्ल्यू टी.ए. च्या सर्वोच्च यादीत एकेरीमध्ये ३१ व्या तसेच दुहेरी मध्ये २१ व्या स्थानी होत्या.

सानिया ग्रँड स्लॅम टेनिस टूर्नमिंट देखील खेळल्या आहेत. २००५ मध्ये त्या ग्रँड स्लॅम टूर्नमिंटच्या चवथ्या फेरीपर्यंत पोहचणाऱ्या पहिल्या भारतीय महिला बनल्या.

२००४ च्या आशियायी टेनिस चँपियनशीपमध्ये त्या उपविजेत्या राहिल्या. २००५ मध्ये सानिया ऑस्ट्रेलियाई ओपनच्या तिसऱ्या फेरीपर्यंत पोहचल्या.

१२ फेब्रुवारी २००५ ला त्या डब्ल्यू. टी.ए.एकेरी जिंकणाऱ्या पहिल्या भारतीय महिला होत्या.

मिर्झाने २००३ विम्बलंडन चँपियपशीप गर्ल्स दुहेरीत रशियाच्या एलिसा क्लेबेनोवासोबत मिळून विजय मिळवला. फ्रेंच ओपन एकेरीत देखील त्यांची कामगिरी उत्तम राहिली.

२००६ च्या डोहा आशियाई खेळात त्यांनी वूमन एकेरीत रजत तसेच मिक्स डबल्समध्ये लिएंडर पेससोबत स्वर्ण पदक जिंकले. त्या भारतीय महिला संघाच्या देखील भाग ठरल्या. जिला टीम इव्हेंटमध्ये रजत पदक मिळाले.

२००७ यू.एस. ओपन सीरीजमध्ये त्या तिसऱ्या राउंडपर्यंम पोहोचल्या व उत्तम कामगिरी केली. २००८च्या ऑस्ट्रेलियाई ओपनमध्ये त्या महेश भूपतीसोबत मिक्स डबलच्या फाइनलपर्यंत पोहोचल्या.

सानिया मिर्झा पूर्ण एकाग्रतेने व कष्टाने आपल्या खेळाचे कसब दाखवीत आहेत.

सिंथिया मुआंग

थाइलंड बर्मा सीमेजवळ वसलेल्या अनेक शहरापैकी 'माई सोट' देखील बर्मा शरणार्थी ठिकाण आहे, जिथे अनेक कोरियाई व बर्मी अल्पसंख्याक उज्जल भविष्य वाट्याला येईल या आशेवर आहेत.

त्या नेहमीच आपल्या त्या गावांची आठवण करतात, जिथे बर्मी सैन्याने घमासान केले होते. हे युद्ध दीर्घ काळ चालले. 'माई सोट' मध्ये डॉक्टर सिंथिया मुआंग गेल्या चौदा वर्षापासून पीडिताची सेवा करण्यात व्यस्त आहेत.

१९५९ मध्ये जन्मलेल्या सिंथियाने रंगून विद्यापीठातून मेडिसिनवर अभ्यास केला. त्या घराजवळील एका गावात प्रॅक्टीस करीत होत्या. १९८८ मध्ये ज्यावेळी सैन्याने लोकशाहीच्या समर्थकांविरोधात हल्ला बोल केला. काही कपडे व पुस्तकांनासोबत घेऊन त्या पण 'माई सोट' या ठिकाणी आल्या. शरणार्थीमध्ये अनेक रोगी होते. इमारतीच्या घाणेरड्या उघड्या फरशीवर डॉक्टर सिंथियाने आपल्या कामाची सुरूवात केली.

त्यांच्या क्लिनिकमध्ये साधनांची कमतरता होती. त्या स्वयंपाक करण्याच्या कुकरमध्ये आपली साधणे उकळून काढत आणि कॅथॅलीक रिलिफ वर्कर्समधून मिळलेल्या औषधावर काम भागवत. त्या मलेरिया, दम्याचे रोगी, डायरिया, जखमी व गोळया लागून झालेल्या जखमा बऱ्या करीत, त्यांनी काही लोकांना त्या क्षेत्रात सहा मदतनीस बनवले. १९९६ पर्यंत त्यांनी त्या क्षेत्रात

सहा क्लिनीक चालवले. त्यांचे मदतनीस दाईना प्रशिक्षण देत. लोकांना स्वच्छतेचे महत्व समजावून सांगत.

डॉक्टर सिंथियाला दुसऱ्या समाजसेवी संस्था, डॉक्टर्स, व जज यांच्याकडून मदत मिळू लागली. ती मंडळी त्यांना सकारात्मक प्रतिक्रिया देत.

आता त्यांच्या क्लिनीकमधून दरवर्षी वीस हजार लोकांना आरोग्याची सेवा मोफत मिळत आहे ज्यामध्ये पाच डॉक्टर व डझनभर मदतनीस आहेत. मागच्या वर्षी ५ ६ ३ बाळांनी जन्म घेतला व ७०० गरजूंना नवे चश्मे देण्यात आले. क्लिनीकची स्वतःची लॅब देखील आहे. तिला अनेक अंतरराष्ट्रीय संस्थांची मदत आहे. डॉक्टर सिंथियाद्वारा तयार केलेल्या ६० तुकड्या गावोगावी जावून सेवा करीत आहेत.

सीमा क्षेत्रात यादवी युद्धाशिवाय युद्ध पीडितांची संख्या देखील भरपूर आहे. त्या शरणार्थींच्या सामाजीक जीवन स्तराला उंचावण्यासाठी देखील अनेक तरूण तसेच महिला कार्यक्रम राबवतात.

त्या 'माइसोट' मध्ये आपले पती व दोन मुलांसोबत राहातात. त्यांना आपल्या बर्मा देशातील घरी जाण्याची इच्छा आहे. डब्ल्यू.एच.ओ.ने म्हटले आहे की बर्माची आरोग्य सेवा पद्धती, जगाच्या तुलनेत अतिशय वाइट आहे. डॉक्टर सिंथिया मुआंग तिलाही सुधारू इच्छितात.

सिरिमावो भंडारनायके

सिरिमावो भंडायनायके यांचा जन्म १७ एप्रिल १९१६ मध्ये झाला. त्या एक संपन्न राडाला कुटुंबातल्या आहेत. त्यांनी सेंट ब्रिजेट कॉन्व्हेंट स्कूलमधून शिक्षण घेतले परंतु त्या बौद्ध धम्माच्या अनुयायी होत्या. १९४० मध्ये त्यांचा विवाह स्टेट काउंसिलचे सदस्य श्री भंडारनायके यांच्याशी झाला. त्यांचे वडील सर सोलोमन दास भंडारनायके महा मुदालियर होते.

आपल्या पतीच्या हत्येनंतर श्रीमती भंडारनायकेने त्यांच्या श्रीलंका फ्रीडम पार्टीचे नेतृत्व हाती घेतले व आगामी चाळीस वर्षापर्यंत त्यांनी ते सांभाळले. त्या सिनेटर बनल्या व १९५६ च्या

निवडणूकीत पार्टी जिंकली. २१ जुलै १९६० ला सिनेट सदस्य म्हणून पंतप्रधान बनल्या तसेच १९७७ च्या सावजनीक निवडणूकीत पराभव होईपर्यंत पदावर राहिल्या. १९८० मध्ये त्यांच्यावर सत्तेचा गैरवापर केल्याचा आरोप ठेवण्यात आला व त्यांना सार्वजनीक जीवनातून बाद करण्यात आले.

त्याच लोकांनी त्यांना नाकारले ज्यांनी कधी त्यांना डोक्यावर घेतले होते. भंडारनायके यांनी पुढील सात वर्ष फार कठीण परिस्थितीमध्ये काढले. इतके की स्वतःच्या मुलांनी देखील त्यांना विरोध केला, त्यांनी आपली महत्वाकांक्षी मुलगी चंद्रिका आणि मुलगा अनुरा यांच्यात वितुष्ठ आणले. यामुळे की त्यांच्यावर नियंत्रण ठेवता येईल.

चंद्रिकाने पुन्हा एकदा आईला पंतप्रधानपदी विराजमान करण्यासाठी मदत केली. परंतु त्यांच्या अंतीम कार्यकाळापर्यंत राज्यघटना बदलली होती. त्या पंतप्रधान असताना देखील आपल्या राष्ट्रपती मुलीचा मदतनीस बनल्या. पद सोडल्या नंतर काही दिवसातच त्यांना मृत्यू झाला. तोपर्यंत त्यांच्याकडे जास्त सत्ताशक्ती नव्हती. १० ऑक्टोबर २००० ला निवडणूकीचा दिवशीच त्यांचा मृत्यू झाला. त्या दिवशी त्यांनी शेवटचे मतदान केले.

सिस्टर निवेदिता

सिस्टर निवेदितेचा जन्म २० ऑक्टोबर १८६७ ला आयरलँडमध्ये झाला. सुरूवातीला त्यांचे नाव मार्गरेट एलिझाबेथ नोबेल असे होते. त्या एक एग्लो-आयरिश समाजसेविका होत्या, ज्या स्वामी विवेकानंदाच्या शिष्या बनल्या. त्या स्वामीजींना १८९५ मध्ये लंडनमध्ये भेटल्या. स्वामीजीने त्यांना 'निवेदिता' असे नाव दिले.

मार्गरेटच्या वडिलांनी नेहमी मानवतेची सेवा करण्याची प्रेरणा दिली. ते संगीत तसेच कलेची शौकीन होती. शिक्षण मिळल्यानंतर त्या दहा वर्षापर्यंत शिक्षकांच्या संघात कार्यरत होत्या. इतरांना शिकवणे व प्रेरित करण्याची क्षमता त्यांच्या अंगी होती. बालपणापासूनच त्यांना जाणीव झाली की काही तत्वांना पाळणे म्हणजे काही धर्म नसतो. दिव्य ज्ञान प्रकाशानेच आपण प्रबुद्ध होऊ शकतो. त्यांचा कल बौद्ध धम्माकडेही होता.

याच दरम्यान त्यांची भेट विवेकानंद यांच्याशी झाली. हिंदू संताने त्यांना शिकवले की अज्ञान, स्वार्थ तसेच लोभ हेच आपल्या दुःखाचे कारण आहे. या धारणेचा मार्गरेटच्या जीवनावरही सखोल परिणाम झाला. त्या भारतीय महिलांच्या कल्याणासाठी प्रवृत्त झाल्या.

स्वामीजीच्या आदेशाने त्या लक्ष देवू लागल्या. यामुळे की स्वतःमध्ये मानवतेची सेवा व आध्यात्मीक मार्गावर उन्नत होण्याची क्षमता अंगी बाळगू नये. त्या साधारण जीवन जगू लागल्या. १८९८ मध्ये त्यांनी निरक्षर मुलींसाठी शाळा काढली. त्या निरनिराळया जाती वर्गाशी संबंधीत भारतीय स्त्रीयांच्या सामाजीक दिशाने सुधारणा आणू इच्छित होत्या. त्यांनी जातीय भावना कमी करण्याचा देखील प्रयत्न केला.

बंगाली समुदायाच्या अनेक बुद्धीवंतासोबत जसे की रविद्रनाथ टागोर यांच्याशी त्यांचे चांगले संबंध होते. त्यांनी भारताच्या स्वातंत्र्य लढ्यात भाग घेतला. त्यांच्या लेखनाने राष्ट्रवादी विचारधारा स्पष्ट होते.

त्या जीवनात अनेक व्यक्तीसाठी प्रेरणास्त्रोत राहिल्यात अनेक भाषण तसेच प्रवचनाने लोकांना जगण्याची नवी दिशा दाखवली. त्या आजीवन समाज कल्याणासाठी झटत. याचा वाईट परिणाम होऊ लागला. शेवटी १३ ऑक्टोबर १९११ ला त्यांनी या नश्वर संसारातून निरोप घेतला.

सीमा समर

अफगणिस्तानमध्ये अनेक माणसे पुश्तून, ताजिक, उजबक, नुरिस्तानी व हजारा भाषा व रितीरिवाजानुसार विभक्त झाले आहेत आणि शतकापासून कोणत्यान कोणत्या कारणाने लढत आलेले आहेत. अलिकडच्या काळात देखील त्यांच्यामध्ये अविश्वास निर्माण करणारांची संख्या कमी नाही.

सीमा समर समजतात की पुश्तून प्रधान अफगणिस्तानात अल्पसंख्याक असण्याचा काय अर्थ आहे, त्या हजारा आहेत. कट्टर मुस्लिम समुदायात स्त्रीयांना काही इज्जत नसते. पण त्यांनी आपल्या प्रयत्नाने मुस्लिम महिलांना पडद्यातून बाहेर काढण्याचे कार्य केले.

वयाच्या आठराव्या वर्षी विवाह केल्यावर देखील मेडिकलचा अभ्यास चालू ठेवला. एम.डी.ची डिग्री मिळविल्यानंतर त्या राजकारणात व्यस्त झाल्या. १९८४ मध्ये पतीच्या अटकेनंतर त्या आपल्या मुलाला घेऊन पाकिस्तानात आल्या.

त्या क्वेटा येथे राहू लागल्या. जिथे हजारो शरणार्थी पीडा व वेदनेने तळमळत होते. स्त्रीयांची परिस्थिती तर त्याहून वाईट होती. सीमा समरने या शरणार्थीची सेवा करण्याचे ठरविले.

त्यांनी दुसऱ्या स्त्रीयांसोबत मिळून एक महिला हॉस्पीटल उघडले. पंधरा-पलंग असणाऱ्या त्या हॉस्पीटलमध्ये बाळ जन्म घेतात. ऑपरेशन होतात, लॅब परीक्षण होतात, तसेच दररोज २५० पेशंटची तपासणी होते. फीस कमी आहे, पुरूष तसेच स्त्रीयांना दोघांनाही मोफत औषध-पाणि मिळते.

सीमाने मुलीसाठी एक सामूदायीक शाळा देखील उघडली ओह. वृद्ध स्त्रींया देखील साक्षरतेच्या वर्गात भाग घेऊन पैसा-कमावण्याची काही कला शिकून घेतात. सीमा काबुलमध्येही एक मेडिकल क्लिनीक चालवतात. त्यांनी अनेक प्राथमीक व मुलींच्या हाइस्कूलला देखील सहारा दिला आहे.

पडद्या पद्धतीच्या विरोधात बोलल्यामुळे त्या कट्टरपंथींयाच्या डोळयात सलत आहेत. मुस्लीम महिलांना सशक्त करू इच्छितात. परंतु लिहायला-वाचायला शिकवण्यापलिकडे इतर गोष्टी करायला महिला घाबरतात.

डॉक्टर सीमा आपल्या जीवाची पर्वा न करता एकामागून एक मिळणाऱ्या धमक्यांना न घाबरता पेशंटवर इलाज करीत आहेत. सर्व प्रकल्पांना मार्गदर्शन करीत आहेत. तसेच अफगणिस्तान युद्ध पीडितांना अंतरराष्ट्रीय मदत मिळवून देण्याच्या प्रयत्नात आहेत.

सेरीना विलियम

सेरीना जमेका विलियम्स एक अमेरिकन खेळाडू आहेत, ज्यांचा जन्म सप्टेबर १९८१ ला झाला. सेरीनाने आठ गॅंड स्लॅम सिंगल तसेच महिलांच्या दुहेरीत ओलम्पीक गोल्डन मेडल जिंकले.

अमेरिकेच्या त्या वर्तमान सर्वश्रेष्ठ खेळाडू आहेत. त्यांनी नुकतेच चार ग्रॅंड स्लॅम एकेरी टाइटल एकाच वेळी जिंकले. २००५ मध्ये 'टेनिस' पत्रिकाने त्यांना गेल्या चाळीस वर्षातील १७ व्या श्रेष्ठ खेळाडू म्हणून मान्यता दिली आहे. त्या माजी

टेनिस खेळाडू व्हिनस विलियम्स यांच्या धाकट्या बहिण आहेत. व्हिनस देखील तत्कालीन श्रेष्ठ खेळाडूपैकी होत्या.

सेरीनाने वयाच्या चवथ्या वर्षीच पहिल्या टूर्नमेंट जिंकला. त्यांनी वयाच्या दहा वर्षापर्यंत ४९ टूर्नमेंट खेळले. त्यापैकी ४ ६ मध्ये विजयी झाल्या. कॅलिफोर्नियात खेळतांना त्यांनी आपल्या बहिणीचे पहिले स्थान मिळवले.

१ ९ ९ ३ मध्ये सेरीनाचे नाव फ्लोरिडाच्या रिक मेकी टेनिस अकादमीत नोंदवण्यात आले आणि पूर्ण कुटुंब पाम बीच गार्डन्समध्ये आले. वर्ल्ड टेनिस असोशिएशन कमी वयाच्या खेळाडूंना इतकं महत्व देत नसे. ज्यावेळी सेरीना मोठी होऊन खेळू लागली तर सगळं काही कठीण होत चाललं. पण त्यांनी हिंमत नाही हारली. आपल्या वडिलांच्या सततच्या प्रेरणेने व स्वतःच्या परिश्रमाच्या बळावर त्या पुढे चालत राहिल्या.

सेरीनाला आपल्या पूर्वीच्या स्थानी यायला वेळ नाही लागला. त्यांनी दिग्गज खेळाडूना पराभूत करून पाहिला यू.एस. ओपन सामना जिंकला. सेरीनाचा दमदार खेळ त्यांना नंबर वन स्थानी पोहचायला पुरेसा होता. आज देखील सेरीना आणि त्यांची बहिण व्हिनस टेनिस दुनियेत आघाडीवर आहेत.

सोनिया गांधी

भारतीय राष्ट्रीय काँग्रेसच्या अध्यक्षा तसेच माजी पंतप्रधान श्री राजीव गांधी यांच्या विधवा, सोनिया गांधींचा जन्म इटालीत झाला. आता त्या लोकसभेवर आहेत. यू.पी.ए.तसेच काँगेस पक्षाचे नेतृत्व करीत आहेत.

वर्ष २००४ मध्ये फोर्ब्स पत्रिकाने त्यांना जगाच्या तिसऱ्या प्रभावशाली महिलेचा दर्जा दिला. अलिकडे त्या तेराव्या स्थानी आहेत. वर्ष २००७मधील टाइम्स १०० लोकांत त्यांची गणना झाली होती.

त्यांचा जन्म इटालीच्या मध्यवर्गीय कुटुंबात झाला. त्या १ ९ ६ ४मध्ये केब्रीज वेल एज्युकेशन ट्रस्ट लॅग्वेज स्कूलमध्ये इंग्रजी शिकायला गेल्या. तिथेच त्यांची सर्टिफिकेट कोर्सच्या दरम्यान भारताचे माजी पंतप्रधान श्रीमती इंदिरा गांधीचे सुपुत्र राजीव गांधी यांच्यासोबत ओळख

झाली. १९६३ मध्ये त्यांनी भारतीय नागरीकत्व मिळवले. सुरूवातीपासूनच त्या राजकारणापासून दूर राहून आपलं घर सांभाळत होत्या. आपल्या सासूची हत्या झाल्यावर व पती पंतप्रधान बनल्यानंतर त्यांचे सार्वजनीक जीवनात पर्दापण झाले. पंतप्रधानाची पत्नी म्हणून त्यांनी पाव्हूण्या होण्याची भूमिका बजावली व पतीसोबत अनेक राज्याच्या दौऱ्यावर गेल्या. याच दरम्यान त्यांनी पतीच्या अमेठी या मतदार संघात काम करणे सुरू केले. १९८४ मध्ये त्यांनी सक्रिय पणे आपली जावूबाई मेनका गांधीच्या विरोधात प्रचार केला, ज्या राजीव गांधीच्या विरोधात उभ्या होत्या.

पतीच्या हत्येनंतर सोनिया हळूहळू भारतीय राजकारणात स्थिर होऊ लागल्या. असे असले तरी राजकारणात येण्याचा त्यांचा विचार नव्हता परंतु परिस्थिती अशी उत्पन्न झाली की कॉंग्रेसमधील जेष्ठ नेत्याचे त्यांना ऐकावे लागले. १९९८ मध्ये त्यांनी अधिकृतपणे कॉंग्रेसचे अध्यक्षपद स्वीकारले. त्यांच्यावर अनेक आरोप होत असताना त्यांचं आपलं काम चालू होतं. पूर्ण जबाबदारीनं आपलं कर्तव्य पार पाडले व पक्षाला विजयी करण्यात हातभार लावला. त्या नव्या यूनाइटेड प्रोग्रोसिव्ह अलायन्सच्या अध्यक्ष झाल्याने लोकसभा व राष्ट्रीय सहकारी समितीचा राजीनामा दिला. भारतीय निवडणूक संहितेनुसार निवडून आलेला व्यक्ती 'ऑफिस ऑफ प्रॉफिट' नाही ठेवू शकत. मे २००६ मध्ये त्या पुन्हा त्यांच्या मतदार संघातून अर्थात रायबरेलीतून निवडून आल्या.

सुनीता विलियम्स

भारतीय मूळ वंशीय अंतरीक्ष यात्री सुनीता विलियम्सचा जन्म १९ सप्टेंबर १९६५ मध्ये अमेरिकेच्या ओहिओ प्रांतातील यूक्लिड या ठिकाणी झाला. त्या अमेरिकन नौसेना अधिकारी आहेत तसेच नासाच्या अंतरीक्ष यात्री देखील आहेत. त्यांना प्राथमीक शिक्षणासाठी हिलसाइड एलिमेंट्री शाळेत पाठविण्यात आले. तिथे आठव्या वर्गापर्यंत शिक्षण घेतल्यावर सुनीता न्यूमॅन ज्यूनिअर हायस्कूलमध्ये गेल्या. सुनीताला खेळ मनापासून आवडत असे. त्या धावणे, सायकलिंग, विंड सार्फिंग, हंटिग तसेच स्नो बोर्डिंगमध्ये भाग घ्यायच्या. चार-पाच वर्षाच्या सुनीताने अंतरीक्ष यात्री नील आर्मस्ट्रॉंगला चंद्रावर पाऊन ठेवताना पाहिल्यावर तर त्यांची इच्छा अधिकच तीव्र झाली. त्यांना पण मोठे झाल्यावर अंतरीक्ष यात्री बनण्याची इच्छा होती.

त्यांनी १९८७ मध्ये यू.एस. नेवल अकादमीतून भौतीक शास्त्रात बी.एस.केले. तसेच १९९५ मध्ये एम.एस. इंजिनिअरिंग मॅनेजमेंट फ्लोरिडा इंस्टिट्यूट ऑफ टेक्नॉलजीमधून शिक्षण घेतले.

यूनाइटेड स्टेट नेवल अकादमीमध्ये त्या माइकेल जे.विलियम्स यांना भेटल्या. काही काळाने त्यांनी विवाह केला. नासाने जून १९८८ मध्ये त्यांची निवड केली तसेच प्रशिक्षण द्यायला सुरूवात केली. प्रशिक्षण इतके सोपे नव्हते. त्यांना अनेक प्रकारची तांत्रीक तसेच व्यवहारीक माहिती देण्यात आली. त्यांना पाण्यात ठेवून स्थिरता व भारहीनतेचा अनुभव देण्यात आला. बेसिक प्रशिक्षणानंतर त्यांना ई.एम.यू.परिधान करायला लावला जातो. जे घालून त्या स्पेसवॉकचे प्रशिक्षण घेतात.

१० डिसेंबर २००६ ला सुनीता अंतरीक्षात गेल्या. त्या ६ मे पर्यंत अंतरीक्ष केंद्रातच राहिल्या. तिथे त्यांनी जैवीक प्रयोगशाळेची हेस्टिंग केली. चंद्र तसेच मंगळग्रह अभियानासाठी अणुगर्भिय किरणांची तपासणी केली. याशिवाय अनेक असे परीक्षण देखील केले जे भावी अंतरीक्ष यांत्रीसाठी लाभदायक ठरतील.

सुनीता अंतरीक्षात १९४ दिवस, १८ तास, व ५८ मिनिटे घालवून दार्घकाळ अंतरीक्षामध्ये व्याख्याने देणारी महिला म्हणून जागतिक रेकॉर्ड करून परतल्या. त्यांनी अंतरीक्षात २९ तास १७ मिनिटापर्यंत भटकंती करून महिला म्हणून सर्वांत जास्त स्पेसवाक करण्याचा रेकॉर्ड केला.

अंतरीक्षातून परतल्यावर सर्वांनी त्यांचे स्वागत केले. त्या भारतात आल्या तर भारतीयांनी देखील गुजरात कन्येला डोक्यावर घेतले. ज्यांनी आपल्या कतृत्वाने भारताची मान गर्वाने उंचावली.

सन् २००८ मध्ये त्यांना पद्मभूषण सन्मानाने विभूषित देखील करण्यात आले.

सुष्मिता सेन

मिस युनिव्हर्स सुष्मिता सेनांचा जन्म १९ नोव्हेंबर १९७५ मध्ये आंध्रप्रदेशच्या हैद्राबादेत झाला. बंगाली वंशाच्या सुष्मिताला १९९४ मध्ये फिलीपीन्समध्ये 'मिस यूनिव्हर्स' चा ताज मिळाला.त्या एअरफोर्स कमांडरच्या पुत्री आहेत. बालपणीचा अधिक वेळ त्यांचा नागपुर, जोरहाट व दिल्लीत गेला. त्यांनी एअरफोर्स सिल्व्हर स्कूलमधून शालेय शिक्षण प्राप्त केले.

शाळेत देखील सुष्मिता मॉडलिंगमध्ये रस घेतात. म्हणून त्यांनी एक दोन फॅशन शो मध्ये भाग घेतला होता.

बारावी नंतर त्यांनी फेमिना मिस इंडिया स्पर्धेत भाग घेतला आणि नंतर त्या पुढे-पुढेच जात राहिल्या. त्यांचा आकर्षक बांधा, बुद्धी व भाषा कौशल्यामुळे त्या मिस युनिव्हर्स म्हणून निवडल्या गेल्या. तिथे ७६ स्पर्धक होते. सुष्मिता केवळ १८ वर्षांची होती. त्यांनी आपल्या बुद्धिमत्तापूर्ण विचाराने, प्रेक्षकासोबत जज लोकांचे मन देखील जिंकले.

त्यानंतर त्यांना मॉडलिंग व चित्रपटात काम करण्याचे प्रस्ताव मिळू लागले. हिंदी फिल्म 'दस्तक' पासून त्यांनी सुरूवात केल्यानंतर त्यांनी 'बीबी नं १' 'सिर्फ तुम' व 'चिंगारी' सारखे चित्रपट केले. नायकमध्ये 'शाकालाका बेबी' तसेच फिजामध्ये 'महबूब मेरे' सरख्या गाण्यात केलेला डान्स देखील नवाजल्या गेला. वर्ष २००० मध्ये त्यांना 'बीबी नं. १' साठी सर्वश्रेष्ठ सहायक अभिनेत्रीचा पुरस्कार मिळाला. 'मै हूँ ना' आणि वास्तुशास्त्र देखील हिट राहिले.

'मैने प्यार क्यूँ किया' मध्ये देखील त्यांचा अभिनय पहाण्यालायक होता. सुष्मिता एक चांगली अभिनेत्री व नर्तकी असण्याबरोबरच कविता व स्तंभ लेखनात देखील रस घेतात. त्यांना लहान मुले खूप आवडतात. त्यांनी 'राणी' नावाची मुलगी दत्तक घेतली आहे. जिच्यावर त्या आईसारखं प्रेम करतात, तसेच तिला तिच्या पायावर उभा करू इच्छितात, सुष्मिता सेन त्या महिलेपैकी आहे ज्या भारतीय महिलांच्या गौरवाचे प्रतिनिधित्व करत आहेत.

स्टेफी ग्राफ

स्टेफी ग्राफ महिला टेनिस खेळाडूमध्ये प्रथम स्थान प्राप्त जर्मनीची माजी टेनिस खेळाडू आहेत. त्यांना खेळाच्या इतिहासात महान महिला टेनिस खेळाडू समजले जाते.

स्टीफेन मारिया ग्राफचा जन्म १४ जून १९६९ ला पश्चिम जर्मनीच्या मॅनहीममध्ये झाला. त्या वयाच्या चवथ्याच वर्षी टेनिस खेळू लागल्या.

त्यांनी ऑक्टोबर १९८२ मध्ये आपला पहिला व्यावसायीक टूर्नमिंट खेळला. त्यावेळी त्यांचं वय तेरा वर्षाचं होतं. त्यावेळी संपूर्ण जगाच्या सर्वश्रेष्ठ यादीत त्यांचे स्थान १२४ वर होते. त्या एकसारख्या खेळात सुधारणा करीत राहिल्या. त्या हळूहळू ९८व्या आणि २२ व्या स्थानी पोहोचल्या.

१९८५ व १९८६ मध्ये त्यांनी मार्टिना नवरातिलोव्हा तसेच क्रिस इबर्ट यांना आव्हान दिले. १९८७ या वर्षी त्यांच्या जीवनाला नवे वळण मिळाले. त्या सहावे टूर्नमिंट जिंकून फ्रेंच ओपनपर्यंत पोहोचल्या. त्या एकमेव अशा खेळाडू आहेत, ज्यांच्याजवळ विम्बल्डंन व फ्रेंच ओपनचे १३ सामने जिंकलेत.

करिअरच्या शेवटच्या वर्षात गुडघे व पाठ दुःखीने त्या त्रस्त होत्या. यामुळे त्या १९९७ चा टूर नाही करू शकल्या. त्या दहा वर्षात पहिला ग्रँड स्लॅम सामना जिंकण्यास असमर्थ ठरल्या. ऑगस्ट १९९९ मध्ये त्यांनी टेनिसमधून निवृत्त होण्याची घोषणा केली. त्या काळात तिसऱ्या स्थानी होत्या. त्यांनी एकून १०७ एकेरी व ११ दुहेरी सामने खेळले.

खेळातून रिटायर झाल्यानंतर त्यांनी जगाचे माजी सर्वश्रेष्ठ टेनिस खेळाडू आंद्रे अगसी यांच्यासोबत विवाह केला.

हॉगकिन डोरोथी क्रोफुट

डोरोथी (१२ मे १९१०-२९ जुलै १९९४) ला त्यांचा जन्म मिस्त्र कैरोमध्ये झाला. बालपणीचा काही काळ त्यांना कुटुंबापासून दूर घालवावा लागला. पहिल्या महायुद्धानंतर त्यांच्या आईने ठरवले की त्या इंग्लडमध्ये रहातील व आपल्या मुलांना सांभाळतील.

डोरोथीने १९२१ मध्ये लीमन स्कूलमध्ये प्रवेश घेतला. त्यांना आई-वडिलांना भेटायला जाण्यासाठी दूरचा प्रवास करायला मिळाला. मनुष्यसेवेचा भाव त्यांना आई-वडिलांकडूनच मिळाला. डोरोथीन बालपणापासूनच रसायनशास्त्राची आवड होती. त्यांच्या आईने देखील नेहमीच त्यांना प्रोत्साहन दिले. वयाच्या १८ व्या वर्षी त्या ऑक्सफोर्डच्या समरविल कॉलिजात शिकायला गेल्या. क्रेबिज विद्यापीठात शिकत असताना त्यांना एक्स-रे किराणांबद्दल माहिती मिळाली. १९७६ मध्ये त्या समरविल कॉलेजमध्ये रिसर्च फेलो बनल्या तसेच १९७७ पर्यंत त्याच पदावर राहिल्या. १९६० मध्ये त्या रॉयल सोसायटीत वूल्फसन रिसर्च प्रोफेसर म्हणून नियुक्त केल्या गेल्या.

इंसुलिन त्यांची असाधारण शोध प्रकल्पापैकी एक होती. १९३४ मध्ये त्यांना रॉबर्ट रॉबिन्सनने क्रिस्टेलाइन इंसुलिनचा थोडासा नमुना दिला. तोपर्यंत एक्स-रे क्रिस्टेलोग्राफी फारसी विकसीत नव्हती. त्यांनी इतर सहकार्यासोबत मिळून तंत्र विकसीत केले. त्या शोधाशिवाय देश-विदेशात फिरल्या. इंसुलिनच्या संदर्भात लोकांपुढे भाषणे दिली व मधुमेहात त्यांचे महत्व सांगितले. इंसुलिन संरचनेचं उत्तर, त्यांची महान वैज्ञानिक कामगिरी ठरली.

१९३७ मध्ये डोरोथींचा विवाह थॉमस हॉकिंग यांच्यासोबत झाला. त्या नेहमी जटील संशोधनासाठी पतींचा सल्ला घेत. त्यांच्या पतीने त्यांना नेहमीच साथ दिली. वैज्ञानिक कामगिरीसाठी अनेक पुरस्कार व सन्मान मिळवणाऱ्या डोरोथी क्रोफुट नेहमी दुसऱ्या शास्त्रज्ञानाकडून काही ना काही शिकण्यासाठी उत्सूक असे. इतरांच्या समस्यांना आपलया समस्या समजून सोडविण्याच्या प्रवृत्तीनेच त्यांना पुगवाशचे राष्ट्रपती बनवले.

लंडनच्या रॉयल सोसायटीने त्यांना ऑर्डर ऑफ मेरीट मेडल प्रदान केला. १९६४ मध्ये त्यांना रसायनशास्त्रातील संधोधनासाठी नोबेल पुरस्कार प्रदान करण्यात आला व १९७६मध्ये रॉयल सोसायटीकडून कोपले मेडल देण्यात आले. १९६५ मध्ये त्यांना विस्टन चर्चिलच्या जागी ऑर्डर ऑफ मेरिट नियुक्त करण्यात आले. १९८५-८६ मध्ये त्यांना 'लेनिन शांती पुरस्कार' देण्यात आला.

१९७० ते १९८८ पर्यंत त्या ब्रिस्टोल विद्यापीठाच्या कुलगुरू राहिल्या.

हिलेरी रॉडल क्लिंटन

डोराथी व हग रॉडमच्या पहिल्या कन्या हिलेरी क्लिंटन यांचा जन्म २६ ऑक्टोबर १९४७ ला झाला. त्यांचे बालपण आनंदात आणि शिस्तीत गेले. त्यांना खेळ आणि चर्चबद्दल विशेष आकर्षण होते. त्या विद्यार्थी नेत्या तसेच नॅशनल ऑनर सोसायटीच्या सदस्या देखील राहिल्या. त्यांच्या आई-वडिलांनी त्यांना कठीण परिश्रम घेऊन शिकवणे व आपल्या पसंतीचे कोणतेही करिअर निवडायला परवानगी दिली.

वेल्सले कॉलेजमध्ये शिकत असणाऱ्या हिलेरीने शैक्षणिक योग्यता व स्कूल प्रशासनाकडून काही गोष्टी शिकून घेतल्या. ग्रॅज्युएशनच्या वेळी त्या म्हणाल्या, "आता राजकारणाला कला म्हणून उपयोगात आणण्याची वेळ आली आहे. जे अशक्याचे रुपातंर शक्य मध्ये करील"

१९६९ मध्ये त्यांनी येले लॉ कॉलेजमध्ये प्रवेश घेतला, जिथे त्यांनी येले लॉ रिव्ह्यू व सोशल ॲक्शनच्या बोर्ड ऑफ एडिटर्ससोबत काम केले. तिथेच त्यांची भेट बिलक्लिंटनसोबत झाली, राष्ट्रपती आठवण आल्यावर सांगतात की आम्ही ग्रंथालयात भेटल्यावर त्यांनी मला सांगितले, ''तुम्ही जर मला असेच रोज पहात असाल तरी तुम्ही मला तुमचा परिचय दिला पाहिजे'' लवकरच ते दोघे राजकीय कार्यक्रमात व प्रत्येक ठिकाणी सोबत दिसू लागले.

ग्रॅज्यूएशन नंतर त्यांचा विवाह झाला. हिलेरीने अरकानासट लॉ स्कूलच्या महाविद्यालयात प्रवेश घेतला. १९७८ मध्ये राष्ट्रपती जिमी कार्टरने त्यांना बोर्ड ऑफ लीगल सर्व्हिस कॉर्पोरेशमध्ये नियुक्त केले आणि बिल क्लिंटन अरकानसच्या गव्हर्नर बनल्या. १९८० मध्ये चेल्सी नावाची त्यांना कन्या झाली.

हिलेरीने बारा वर्षापर्यंत कुटुंब कायदे आणि सार्वजनीक सेवा यासाठी सोबतच काम केले.त्या अरकानसस एज्युकेशन स्टॅंडर्ड कमिटीच्या सभापती बनल्या. त्यांनी १९९७ मध्ये नॅशनल हेल्थ केअर रिफॉर्मचे काम सांभाळले आणि मोठ्याप्रमाणात आरोग्याबद्दल जागृती निर्माण करण्याच्या कामात गुंतल्या. राष्ट्राची प्रथम महिला म्हणून आपले अनुभव सांगण्यासाठी त्या 'टॉकिंग इट ओव्हर' नावाचा स्तंभ लिहू लागल्या.त्यांचे पुस्तके 'इट टेक्स अ विलेज' आणि 'अदर लॅसन्स विल्ड्रेन टिच अस'चांगलीच गाजली. त्यांच्या रेकॉर्डिंगिंवर त्यांना ग्रामी पुरस्काराने सन्मानीत करण्यात आले. असे असले तरी सार्वजनीक कार्यक्रम वादाचा विषय बनले. परंतु समर्थकांची संख्या काही कमी नव्हती. त्या महिला आणि बाळांच्या मुद्यावर ठाम राहिल्या. ७ नोव्हेंबर २००० ला त्या न्यूयॉर्कच्या सिनेटर म्हणून निवडल्या गेल्या. २००८ मध्ये त्या पहिल्या महिला राष्ट्रपती होण्याचे स्वप्न पूर्ण करू शकल्या नाहीत. बराक ओबामाकडून त्या पराभूत झाल्या. नुकतीच त्यांची निवड ओबामाने राज्य सचिव म्हणून केली आहे.

हेलेन किलर

हेलेन किलरचा जन्म २७ जून १८८० ला झाला. त्या दोन वर्षाच्या असताना त्यांना आलेल्या तीव्र तापामुळे त्यांची नजर आणि ऐकण्याची क्षमता क्षीण होत गेली. त्यामुळे या खूप दुःखी होत्या. तशात त्यांच्या कुटुंबाची भेट डॉ.ग्राहम बेल यांच्याशी झाली. त्यांनी सल्ला दिला की हेलनला पार्किन्स इंस्टिट्यूटच्या शिक्षकाकडून मार्गदर्शन मिळावे. हेलन काही बोलू शकत नव्हत्या.

ॲनी सुलीवनने हेलनला शिकवण्यासाठी नवी पद्धत अमलात आणली. त्यांचा हात पाण्याखाली ठेवण्यात आला. दुसऱ्या हातावर अक्षरे लिहित 'वाटर' शब्द शिकवण्यात आला. नंतर त्या म्हणाल्या, "त्या पद्धतीने माझ्या आत्म्याला जागृत केले. तिला एक नवा प्रकाश दिला, नवी आशा आणि मुक्ती प्रदान केली"

हेलनने लवकरच नवी आत्मसात केली, त्यांनी पार्किन्सकडून ब्रेल लिपी शिकल्यानंतर होरेस मॅन बधीर विद्यालयात बोलायला शिकल्या. त्यानंतर अनेक विद्यालयात शिकत त्यांनी १९०४ मध्ये पदवी प्राप्त केली.

त्यानंतर त्या नेत्रहीन, मूक व बधीरांच्या शिक्षणात सुधारणा आणण्यासाठी प्रयत्नरत राहिल्या. त्यांनी अनेक ठिकाणांची यात्रा केली व भाषणे दिली. हेलनने 'द स्टोरी ऑफ माइ लाइफ' १९०३ 'मिडस्ट्रीम,माई लेटर लाइफ' १९२९, 'द प्रॅक्टिस ऑफ ऑप्टिमिझम' १९०३, १९१५, 'माइ रिलीजन' १९२७, 'टीचर' एनी सुलीवान मॅसी अ ट्रिक्यूट बाई' द फास्टर चाइल्ड ऑफ हर माइंड १९५५ आदी पुस्तके लिहिली. त्यांनी महिला अधिकरासाठी देखील काम केले व नेत्रहीनाच्या अमेरिकन फाउंडेशनसाठी फंडही गोळा केला.

एनी आयुष्यभर त्यांची मार्गदर्शक व मदतनीस राहिली, १९६८ मध्ये त्यांचे निधन झाले.

मलाला यूसुफजई

मलाला यूसुफजई, पाकिस्तानातील पुस्तून समाजातली, एका कट्टरपंथीय समाजात वाढलेली किंशारी आहे. तिच्या वडिलांनी तिला बालपणापासूनच कट्टपंथीय समाजात वाढलेली किशोरी आहे. तिच्या वडिलांनी तिला बालपणापासूनच स्वतंत्रपणे जगण्याचे धडे दिली आहे, कारण की ते स्वतः स्त्री स्वातंत्र्याचे समर्थक होते. कुटुंबातील प्रोत्साहन आणि समर्थनाने मलालाच्या धाडसाला आणि इच्छेला एक नवी भरारी दिली. वयाच्या केवळ ११ व्या वर्षीच तिने तालिबानी सत्तेच्या विरोधात मुलींना शिक्षण दिले जावे अशी ती सांगू लागली. अवघ्या १७ वर्षी विश्व-विख्यात नोबेल पुरस्कार मिळवून तिने सिद्ध केले आहे की ती अफ्रणिस्तान आणि पाकिस्तानमधील महिलांची शक्ती व प्रेरणासेत आहे.

मलाला दिसायला इतर किशोरीप्रमाणेच नाजूक, गोड आणि समजदार आहे. परंतु ती करीत असलेला विचार वयापेक्षा पुढचा आहे. आपल्या उद्दिष्टांप्रति तिचा संकल्प दृढ आहे स्वप्नांना पूर्ण करण्याची चमक तिच्या डोळयातून झाळकते. तिच्या मनात आपल्या संकल्पाला पूर्ण करण्याची इच्छा प्रबळ आहे, म्हणून उद्दिष्टप्राप्ती दरम्यान मार्गात येणाऱ्या अडथळयावर मात करायला ती सज्ज आहे, ती आपल्या दृढ विचारासारखीच मजबूत आणि निर्भीड आहे. तिला माहीत आहे की जर काही बदल करायचा असेल तर सुरूवात स्वतःपासूनच करावी लागेल.

वडिलांच्या सांगण्यावरून 'गुल मकई' या उर्फ नावाने तालिबान्यांचे कुकर्म जगासमोर आणण्यासाठी डायरीमध्ये रोजचा घटनाक्रम शब्दबद्ध करणाऱ्या मलालाने कधी विचार केला नव्हता की तालिबानच्या सत्तेला विरोध केल्याच्या बदल्यात तिला गोळया घातल्या जातील आणि ही घटना तिला जगाच कानाकोपऱ्यात घेऊन जाईल. ही मलालाची इच्छाशक्ती होती की आपले अभियान पूर्ण करण्यासाठी ती मरणाला स्पर्श करून परत आली. मलाला एक असामान्य किशोरी आहे जी संपूर्ण जगातील मुलीने शिकावे यासाठी अभियान चालवत आहेत.

मराठी डायमंड बुक्स

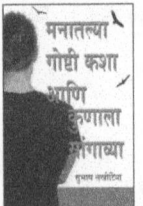

डायमंड बुक्स

X-30, ओखला इंडस्ट्रियल एरिया, फेज- II, नवी दिल्ली- 110 020
फोन : 011- 40712100, www.diamondbook.in, sales@dpb.in